वन मिनिट मेंटरिंग

या पुस्तकाचा मराठी अनुवाद

मार्गदर्शक कसा शोधावा आणि
मार्गदर्शक बनण्याचे काय फायदे आहेत

केन ब्लँचर्ड
आणि
क्लेयर डियाझ-ऑर्टिझ

अनुवाद : सविता म्हसकर

MANJUL
मंजुल पब्लिशिंग हाउस

MANJUL
मंजुल पब्लिशिंग हाउस
पुणे संपादकीय कार्यालय
फ्लॅट नं. 1, पहिला मजला, समर्थ अपार्टमेंट्स,
1031 टिळक रोड, पुणे – 411 002
व्यावसायिक आणि संपादकीय कार्यालय
दुसरा मजला, उषा प्रीत कॉम्प्लेक्स, 42 मालवीय नगर, भोपाळ – 462 003
विक्री आणि विपणन कार्यालय
7/32, अंसारी रोड, दर्यागंज, नवी दिल्ली – 110 002
www.manjulindia.com
वितरण केंद्रे
अहमदाबाद, बंगळुरू, भोपाळ, कोलकाता, चेन्नई,
हैदराबाद, मुंबई, नवी दिल्ली, पुणे

केन ब्लँचर्ड आणि क्लेयर डियाझ-ऑर्टिझ लिखित *वन मिनिट मेंटरिंग*
या मूळ इंग्लिश पुस्तकाचा मराठी अनुवाद

One Minute Mentoring by Ken Blanchard & Claire Diaz-Ortiz – Marathi Edition

हार्पर कॉलिन्स पब्लिशर्सचे प्रकाशन, विलियम मॉरो यांच्या सहयोगाने प्रकाशित

प्रस्तुत मराठी आवृत्ती 2020 साली प्रथम प्रकाशित

ISBN : 978-93-89647-12-9

मराठी अनुवाद : सविता म्हसकर

मुद्रण व बाइंडिंग : मणिपाल टेक्नॉलॉजीज लिमिटेड, मणिपाल

पुस्तकाविषयी प्रशंसोद्गार

''जर मला माझ्या विशीत मागे जाता आलं तर मी स्वत:ला सांगेन 'एखादा चांगला मार्गदर्शक शोध.' मला वाटतं की, आपण करू शकणाऱ्या सर्वांत महत्त्वाच्या गोष्टींपैकी ही एक आहे. क्लेयर आणि केन या पद्धतीवर प्रकाश टाकत असल्याबद्दल मला खूप आनंद होत आहे.''

– जॉन एकफ, डू *ओव्हर : मेक टुडे द फर्स्ट डे ऑफ युअर न्यू करियर* या पुस्तकाचे न्यू यॉर्क टाइम्स बेस्टसेलिंग लेखक

''जीवनप्रवास, 'एकला चलो रे' म्हणत करण्याची गरज नसते. मार्गदर्शक म्हणून तुमचं ज्ञान इतरांसमवेत वाटून, एखाद्याला त्याच्या सर्वोत्तम विकसित 'स्व'पर्यंत पोहोचण्यासाठी मदत करण्याची ही तुम्हाला मिळालेली संधी आहे आणि ते करताना खूप आनंद मिळतो. 'वन मिनिट मेंटरिंग' हे पुस्तक एक प्रभावी मार्गदर्शक होण्याचा आपला मार्ग उलगडून दाखवतं.

– गॅरी रिज, डब्ल्यूडी-40 या कंपनीचे मुख्य कार्यकारी अधिकारी आणि *हेल्पिंग पीपल वीन अॅट वर्क* या पुस्तकाचे सहलेखक

''केन आणि क्लेयर यांनी त्यांच्या, *वन मिनिट मेंटरिंग* या नव्या प्रेरणादायी पुस्तकातून 'मार्गदर्शन' या विषयाबद्दल आपल्याला नवीन दिशा दाखवली आहे. त्याबद्दल मी त्यांचा आभारी आहे.''

– फ्रान्सिस हेसेलबाइन, द *फ्रान्सिस हेसेलबाइन लीडरशीप इन्स्टिट्यूट*चे अध्यक्ष आणि मुख्य कार्यकारी अधिकारी; गर्ल्स स्काऊट्स ऑफ अमेरिकाचे माजी मुख्य कार्यकारी अधिकारी

अनुक्रमणिका

वाचकांसाठी निवेदन ७

प्रस्तावना ९

भाग १

ना दिशादर्शक, ना नकाशा - मार्गदर्शनरहित क्षेत्रातील जीवन १५

दिशा विचारताना २०

मी आणि मार्गदर्शक? २६

शोध ३५

पहिली भेट ४२

ध्येय - अत्यावश्यक बाब ५०

वचनबद्धता - नाते प्रस्थापित करणे ५६

आत्मनिरीक्षणासाठी वेळ द्या ६६

सत्यकथन ७१

ओळखी जोडायला शिकणे ७७

विश्वासाची बांधणी ८६

योग्य ओळखी जोडणे ९१

संधींची देवाणघेवाण ९७

पुनरावलोकन आणि नूतनीकरण १०७

मार्गदर्शन - एक अव्याहत काम ११३

भाग २

आदर्श मार्गदर्शन १२१

संघटनेत मार्गदर्शक कार्यक्रमाची सुरुवात १२८

प्रशिक्षण विरुद्ध मार्गदर्शन १३१

श्रेयनिर्देश १३३

लेखकांविषयी १३५

अनुवादक परिचय १३८

वाचकांसाठी निवेदन

वन मिनिट मेंटरिंग हे पुस्तक मार्गदर्शक कसा शोधावा अथवा मार्गदर्शक कसं बनावं या सामर्थ्याची प्रचिती देणारी काल्पनिक बोधकथा आहे. कदाचित तुम्हाला या पुस्तकाच्या शीर्षकाचंही आश्चर्य वाटत असेल. *वन मिनिट मेंटरिंग* हे असं नाव का ठेवलं असेल? कारण आम्हाला असं आढळून आलं आहे की, आम्ही दिलेला किंवा घेतलेला कोणताही मौल्यवान सल्ला हा एका मिनिटापेक्षाही कमी कालावधीचा होता. दुसऱ्या शब्दात सांगायचं तर; ज्या सल्ल्यामुळे अर्थात मार्गदर्शनामुळे खरंच काही बदल घडून आलेले असतात ते मार्गदर्शन कधीही दीर्घ, जटील सिद्धान्तस्वरूपात नसतं. तर; ते संक्षिप्त, अर्थपूर्ण अंतर्दृष्टी देणारं असतं.

प्रस्तावना

आपण कारकिर्दीच्या ज्या टप्प्यावर आत्ता आहात, तिथून पुढील वाटचालीबाबत आपण साशंक आहात का? आपल्याला जे इप्सित साध्य करायचं आहे, त्यासाठी आपण खरोखरच सक्षम आहोत का, असा प्रश्न तुम्हाला पडला आहे का? आपल्याला काय साध्य करायचं आहे याबद्दल तुमच्या मनात संभ्रम आहे का? या सगळ्याची उत्तरं होकारार्थी असतील तर, तुम्ही एक 'मेंटर' म्हणजेच मार्गदर्शक किंवा सल्लागार शोधण्याची कदाचित हीच वेळ आहे.

कदाचित वरील प्रश्नांना तुम्ही उत्स्फूर्तपणे 'नाही' असं उत्तरही द्याल. असं असेल तर, कदाचित हीच वेळ आहे तुम्ही स्वतः मार्गदर्शक *बनण्याची*.

यशस्वी व्यावसायिकांच्या यादीत तुम्हाला अशीच नावं आढळतील, ज्यांना यशाची चव केवळ योग्य मार्गदर्शकामुळेच चाखता येते, हे उमगलं. त्याचप्रमाणे इतरांना योग्य मार्ग दाखवून ख्यातकीर्त झालेल्या नेतृत्वशाली व्यक्तींची नावंही तुम्हाला आढळतील. या महान लोकांच्या यादीत तुमचंही नाव येऊ शकतं.

'मार्गदर्शक असावा, ते चांगलं असतं,' हे कित्येक जण मान्य करतात; परंतु योग्य मार्गदर्शक कसा शोधावा अथवा त्याचा फायदा कसा करून घ्यावा हे त्यांना माहिती नसतं. त्याचबरोबर, 'मार्गदर्शक *बनणं* चांगलं असतं,' याबाबतही कित्येक जण सहमत असतात; परंतु त्यासाठी द्याव्या लागणाऱ्या वेळेचा किंवा आवश्यक कौशल्यांचा ते विचार करत नाहीत.

त्यामुळेच, कोणत्या सोप्या तंत्रांचा वापर करून मार्गदर्शक शोधावा आणि त्या नातेसंबंधाचा लाभ कसा करून घ्यावा याचं साधंसोपं ज्ञान वाचकांना करून देण्यासाठी आम्ही हे पुस्तक लिहिलं आहे.

तुम्ही कोणत्याही विषयासंबंधी मार्गदर्शन करा. जसं; नव्याने कामावर रुजू झालेल्यांना, तुमच्या बरोबरीच्या लोकांना, प्रौढ ते किशोरवयीन मुलांना किंवा दोन पिढ्यांमधील परस्परसंबंधांविषयी... आम्हाला खात्री आहे की, यामुळे केवळ तुमच्याच नाही तर इतरांच्या आयुष्यातदेखील सकारात्मक परिवर्तन घडून येईल.

दोन पिढ्यांचं परस्परांना मार्गदर्शन म्हणजे काय? याचा अर्थ, एखाद्या तरुणाची आणि ज्येष्ठाची जोडी जमवली जाते, जेणेकरून ते दोघंही एकमेकांकडून शिकत आपला विकास करतील. केन हा सत्तरीमधला नेतृत्वतज्ज्ञ आहे आणि क्लेअर, तिशीच्या मध्यातली, ट्विटरमध्ये काम केलेली माजी अधिकारी आहे. आपण जे धडे शिकणार आहोत, त्याचं चालतबोलतं उदाहरण म्हणजेच या दोघांची जोडी! आम्हा लेखकद्वयींच्या तसेच इतरांच्या मार्गदर्शक भागीदारीतून आम्हाला, आयुष्य बदलवून टाकणाऱ्या या सरावाच्या सामर्थ्याची प्रचिती आली आहे. अर्थात, मार्गदर्शक आणि मार्गदर्शन घेणारा यांच्या नातेसंबंधातून आवश्यक तो लाभ मिळवण्यासाठी दोघांमधील वयोमर्यादेत आमच्याइतकी तफावत असण्याची आवश्यकता नाही, हेदेखील आम्हाला सांगायचं आहे.

वन मिनिट मेंटरिंग या पुस्तकात, आम्ही जॉश हार्टफील्ड या तरुण विक्रेत्याची आणि डियान बर्टमन या महिला विक्री अधिकाऱ्याची गोष्ट सांगणार आहोत. जॉशकडे सळसळती महत्त्वाकांक्षा आहे. तर, डियानला तिच्या व्यग्र वेळापत्रकामुळे, कामात पहिल्यासारखं समाधान मिळत नाही. डियान आणि जॉश यांच्या गोष्टीतून वाचकांसमोर, यशस्वी मार्गदर्शकतेचे सहा टप्पे उलगडत जातील. त्याचप्रमाणे त्यांना पुढील गोष्टींचा बोधदेखील होईल :

- मार्गदर्शनपर भागीदारी कशी ओळखावी - तुम्हाला मार्गदर्शनाची गरज आहे आणि तुम्ही मार्गदर्शक शोधत आहात, की, तुम्ही स्वत: मार्गदर्शक आहात आणि तुम्ही सल्ला घेणाऱ्याच्या शोधात आहात.
- तुमच्या कार्यात आणि आयुष्यात तुम्हाला अपेक्षित असलेले

सकारात्मक बदल घडवण्यासाठी तुम्ही मार्गदर्शक भागीदारासह कार्य कसे करावे.

- 'वन मिनिट मेंटरिंग'ने दिलेला संक्षिप्त पण सुस्पष्ट सल्ला कसा अंमलात आणावा.
- सर्व वयोगटातील तसेच विभिन्न पार्श्वभूमी असलेल्या लोकांच्या ज्ञानाचा आणि कौशल्यांचा वापर कसा करून घ्यावा.

यशस्वी व्यक्ती ही एकट्यानेच तिची ध्येयं गाठू शकत नाही. स्वतंत्रपणे यश मिळवलेल्या व्यक्तीच्या मागेदेखील अशी एखादी व्यक्ती किंवा व्यक्तीसमूह असतो, ज्याने त्या व्यक्तीस यशस्वी होण्यास मदत केलेली असते. त्यामुळे तुम्ही वयाने कितीही मोठे अथवा लहान असला तरीही मार्गदर्शक शोधण्यासाठी तुम्ही आजपासूनच सुरुवात करावी, यासाठी आम्ही तुम्हाला प्रोत्साहन देत आहोत.

तुम्ही इतरांना मार्गदर्शन करावं यासाठीदेखील आम्ही तुम्हाला प्रोत्साहन देत आहोत. कारण मदतीचा हात पुढे करणाऱ्यांनाच लाभ जास्त होतो. एका प्राचीन बौद्ध म्हणीनुसार, 'जर तुम्ही कुणासाठी दिवा लावला, तर त्यामुळे तुमचा मार्गही उजळेल.'

प्रभावी, सशक्त मार्गदर्शक भागीदारी करण्याची जर तुमची तयारी असेल आणि तुमच्या कार्यात, आयुष्यात परिवर्तन झालेले बघायचे असेल, तर मग हे पुस्तक वाचा!

केन ब्लँचर्ड

द न्यू *वन मिनिट मॅनेजर*® या पुस्तकाचे सहलेखक

क्लेयर डियाझ-ऑर्टिझ

ट्विटर फॉर गुड या पुस्तकाच्या लेखिका

भाग १

ना दिशादर्शक, ना नकाशा – मार्गदर्शनरहित क्षेत्रातील जीवन

जॉश हार्टफिल्ड त्याच्या जागेवर बसून, समोरील कॉम्प्युटरच्या स्क्रीनकडे पाहू लागला. आता पुढे काय करावं हे काही त्याला समजत नव्हतं. त्याच्या इन-बॉक्समध्ये महत्त्वाचे पन्नास मेल येऊन पडले होते. सध्याच्या सात ग्राहकांचे तातडीचे व्हॉईस मेल्स आले होते. त्याचबरोबर शुक्रवारी ठरलेल्या विक्रीसंबंधीच्या मीटिंगअगोदर त्याला एक नवीन प्रेझेंटेशन बनवायचे होते.

कामाच्या बाबतीत बोलायचं, तर त्याच्याकडे कामाला तोटा नव्हता; पण कामाची प्रेरणा म्हणावी, तर ती शून्य होती. पुढच्या पाचच मिनिटात त्याचा तिमाही आढावा असणार होता, पण त्यासाठी त्याची मानसिक तयारीच झाली नव्हती.

"तयार?"

जॉशने मान वर करून आपल्या बॉसकडे – इव्हा गार्सेटीकडे बघितलं. इव्हा त्याच्या कंपनीच्या पश्चिम विभागाची विक्री व्यवस्थापक होती.

"हो, नक्कीच!" उत्साहहीन स्मित करत जॉश म्हणाला.

तो इव्हाच्या मागोमाग तिच्या ऑफिसपर्यंत गेला आणि महोगनी लाकडाने बनवलेल्या तिच्या आलिशान टेबलासमोरच्या खुर्चीवर बसला.

''जॉश, आता वेळ न घालवता मुद्द्याचं बोलू या. तुझी या तिमाहीतील कामगिरी तशी सुमार दर्जाचीच झाली आहे आणि हे असं सारखंच चालू आहे. काय चाललंय?''

''कामाची गुणवत्ता थोडीशी कमी झालीय, पण मी यातून मार्ग काढतोय.'' जॉश म्हणाला आणि त्यावर विश्वास ठेवण्याचा प्रयत्नही केला.

पाच वर्षांपूर्वी जॉश जॉयसॉफ्ट कंपनीत विक्रेता म्हणून रुजू झाला होता; पण एवढ्या काळात कामगिरीच्या बाबतीत तो अजूनही गटांगळ्याच खात होता. त्याचं काम त्याला नीरस वाटत होतं आणि त्याच्या करिअरमध्ये त्याची काहीही प्रगती होत नव्हती.

''हे उत्तर मी पूर्वीही ऐकलं आहे जॉश. मला असं वाटतं, तू कुणाची तरी मदत घ्यावीस. तू एरिकसोबत राहावंस, असा सल्ला मी तुला देईन. मागच्याच आठवड्यात त्यानं विक्रीचा नवा उच्चांक गाठला आहे.''

ते ऐकताच, चेहऱ्यावर कोणतेही वेगळे भाव येणार नाहीत याची काळजी जॉशने घेतली. एरिक अॅग्युलर हा नवीन विक्री प्रतिनिधी कंपनीत रुजू झाला होता. जॉश आणि एरिक सध्या एकाच क्युबिकलमध्ये काम करायचे. वर्षभरापूर्वीच महाविद्यालयीन शिक्षण पूर्ण करून बाहेर पडलेला एरिक, आताच जॉशच्या दोन पावलं पुढे गेला होता. त्यामुळे इव्हाच्या सल्ल्याचं जॉशला आश्चर्य वाटलं नाही. तरीदेखील, आपली अवस्था इतकी वाईट आहे की, नव्यानं भरती झालेल्या माणसाकडून धडे गिरवण्याचा सल्ला आपल्याला देण्यात यावा, या विचाराने तो खूप उदास झाला.

आता यावर मनन करा : 'माझी बलस्थानं आणि दुर्बलस्थानं कोणती?'

''मला माहिती आहे की, माझा सल्ला कदाचित तुला नाउमेद करेल, पण मला तुझी काळजी वाटते जॉश. असं वाटतंय की, तू तुझ्यातील महत्त्वाकांक्षा गमावून बसला आहेस. सुरुवातीची काही वर्षं तुझं काम नीट

होत होतं. तुला तर माहिती आहेच की, विक्रेता म्हणून खूप वर्षं काम करणं प्रत्येकासाठीच शक्य नसतं.''

जॉशने मोठा आवंढा गिळला.

''तुला नक्की काय म्हणायचंय इव्हा? मी राजीनामा द्यावा असं तुला सुचवायचं आहे का?''

''तसं नाही. मला इतकंच सुचावायचंय की, तुझ्यातील बलस्थानं आणि दोष किंवा कमकुवत बाजू यांच्यावर एकांतात मनन कर. एरिकबरोबर जास्तीत जास्त वेळ राहिल्याने तुलाच समजेल की, तो एवढं चांगलं काम का करू शकतोय.''

''नवशिक्याचं नशीब?'' जॉश कसंनुसं हसत म्हणाला.

''मला नाही असं वाटत. खरं सांगायचं तर, आपण या विषयावर काही काळानं बोलू या. तोपर्यंत तुझ्या विक्रीच्या आकड्यांमध्ये तुला कशी वाढ करता येईल किंवा तुझ्या करिअरच्या बाबतीत काही वेगळी दिशा देता येईल का, यासंबंधी विचार कर. कोणत्याही बाबतीत तुला मदत करायची माझी तयारी आहे.''

आपल्या क्युबिकलकडे परत येताना जॉश, इव्हाच्या सूचनेवर मनन करत होता. इतका निराश तर तो कधीच झाला नव्हता. व्यवसायक्षेत्रातील पदवी मिळवून जेव्हा तो महाविद्यालयातून बाहेर पडला, तेव्हा जणू संपूर्ण विश्वातील उत्साह त्याच्याकडे होता. व्यवसायसंबंधी चाचण्यांतून, तो चांगला विक्री व्यावसायिक बनू शकतो, असाच निष्कर्ष निघाला होता. त्यामुळेच त्याने जॉयसॉफ्ट कंपनीत कनिष्ठ विक्री प्रतिनिधीची नोकरी पत्करली. 'उच्चांकी विक्री करणारा विक्रेता' बनण्याची स्वप्नं तो पाहू लागला.

पाच वर्षांनंतर मात्र, वस्तुस्थिती त्याच्याकडे डोळे वटारून पाहू लागली. आणि सद्यःस्थितीत आपली नोकरी किमान एक-दोन वर्षं तरी टिकून राहावी, जेणेकरून त्या काळात आपल्याला *नक्की काय करायचं आहे* याचा अंदाज घेण्यासाठी पुरेसा वेळ मिळेल, एवढीच आशा तो करत होता.

आपल्या क्युबिकलमध्ये शिरत असताना जॉशला, आपला हात जोरजोरात हवेत उंचावत असलेला एरिक दिसला.

''चला, सह्या झाल्या!'' फोन खाली ठेवत, एरिक आनंदात ओरडला. त्याने लाल रंगाचा मार्कर घेतला आणि भिंतीवरच्या कॅलेंडरवर आजच्या तारखेला एक लाल फुली ओढली. एरिककडूनच जॉशला कळलं होतं की, तो त्या कॅलेंडरचा, प्रेरणादायक साधन म्हणून वापर करत होता. एका व्यवसायसंबंधी पुस्तकातून एरिकला ही कल्पना मिळाली होती. प्रत्येक फुलीचा अर्थ नवा ग्राहक असा होता. एरिकच्या म्हणण्यानुसार, एका ओळीत जितक्या जास्त फुल्या, तितके जास्त ग्राहक मिळण्याची संधी.

या महिन्यात एरिकच्या पुष्कळच फुल्या झाल्या होत्या.

माझ्याकडे असलं कुठलंही कॅलेंडर नाही हे एका अर्थी बरंच आहे, जॉशच्या मनात विचार आला.

एक सुस्कारा सोडत जॉशने कॉफीचा मग उचलला आणि तो ब्रेक रूमकडे जाऊ लागला. एरिकच्या सळसळत्या उत्साहापासून त्याला जरा सुटका हवी होती. मगमध्ये कॉफी भरता भरता त्याला जाणवलं की, तो एका निर्णायक वळणावर येऊन उभा आहे. त्याला सांत्वनाबरोबरच चांगल्या सल्ल्याचीही आवश्यकता होती.

सुदैवाने, अशा परिस्थितीत नेमका कुणाला फोन करावा हे त्याला पक्कं ठाऊक होतं.

एका मिनिटात मर्म

थांबा, मनन करा आणि शिका.

- आपण आपल्या आयुष्यात नेमके कुठे आहात? आपल्या प्रगतीचा आलेख उंचावतो आहे की अजूनही जमीनसमांतरच आहे?
- ज्या दिशेने आपली वाटचाल सुरू आहे, त्याबद्दल आपण साशंक आहात का?
- इतरांपासून काही शिकण्याची आपली मानसिकता आहे का?

दिशा विचारताना

''बाबा, मी बोलतोय.''

''जॉश! किती छान वाटतंय तुझा आवाज ऐकून. काय चाललंय सध्या?''

''या आठवड्याच्या अखेरीस मी घरी यायचा विचार करतोय.''

''अरे व्वा! छानच! हे ऐकून तुझ्या आईला खूपच आनंद होईल. आणि तुझा भाऊदेखील इकडे येणार आहे. बरं, काही विशेष?''

''काही नाही जरा शहरापासून लांब येऊन तुम्हाला भेटावंसं वाटतंय. मला तुम्हाला काही सांगायचंय.''

''ठीक आहे. आम्ही तुझी वाट बघतोय.''

वडीलांबरोबरचं बोलणं संपवून फोन खिशात ठेवत असताना जॉशला, मनावरचा भार काहीसा हलका झाल्यासारखा वाटलं. प्रत्येक मुलालाच चांगले आई-वडील लाभत नाहीत, पण ते भाग्य असणाऱ्यांपैकी आपण एक आहोत, यासाठी तो कृतज्ञ होता.

काही दिवसांनी जॉश, त्याचे आई-वडील, मोठा भाऊ ब्रायन बार्बेक्यूभोवती बसले होते.

''जॉश, तू म्हणाला होतास की तुला आमच्याशी काही बोलायचंय.'' बर्गर उलटून ठेवत जॉशचे वडील म्हणाले. ''ग्रीलवरती ठेवलंय त्याव्यतिरिक्त काय शिजतंय?''

''सध्या कामाच्या ठिकाणी खूपच समस्या आहेत. हल्ली तर माझे सगळे प्रयत्न नऊ ते पाच या वेळेत दिवस कसा भरून काढता येईल इकडेच लागलेले असतात. एरिक - माझा सहकारी, तरुण आहे, नवीन आहे, पण माझ्यापेक्षा त्याची कामगिरी सरस होत आहे. विक्रेता म्हणून असलेल्या माझ्या क्षमतेवर माझा विश्वास होता; परंतु आता तो आत्मविश्वास डगमगू लागला आहे.'' जॉश म्हणाला.

त्याच्या वडीलांनी ग्रिलिंगवरून नजर काढली आणि त्याच्याकडे पाहत विचारलं, ''आम्ही काही करू शकतो का?''

त्याचे वडील गेली कित्येक वर्षं एक यशस्वी माध्यम अधिकारी म्हणून काम करत होते आणि आई माध्यमिक शाळेत मुख्याध्यापिका होती. जसजसा काळ पुढे सरकत राहिला, तसतसा जॉशला त्याच्या पालकांच्या मतांबद्दल अधिकाधिक आदर वाटू लागला होता.

''तुम्ही माझं म्हणणं ऐकून घेऊन माझी अगोदरच मदत करत आहात.''

''आणखी काही असेल तर सांग.'' त्याची आई म्हणाली.

''अशा कठीण काळात असं वाटतं की, सरळ हार मानून टाकावी. हे ते दिवस आहेत जेव्हा मला स्वत:चंच आश्चर्य वाटतंय की, आपण हे खरोखर काय करत आहोत. मला नेमकं काय काम करायचं आहे आणि मी करतोय काय? केवळ ई-मेल्स, मीटिंग्ज आणि प्रेझेंटेशन्सची अंतहीन मालिका? माझ्या कोणत्या तरी कामाला खरोखरच काही महत्त्व आहे का?''

त्याचे आई-वडील काहीच बोलले नाहीत, पण त्यांच्या विचारमग्न चेहऱ्यावरून, आपल्या बोलण्याकडे त्यांचं पूर्ण लक्ष होतं हे तो ताडू शकत होता.

जॉश पुढे म्हणाला, ''वस्तुस्थिती अशी आहे की, आयुष्यात मला नेमकं काय करायचं आहे याची मलाच खात्री नाहीये. या दुष्टचक्रातून मी कसा बाहेर पडणार आणि माझं व्यावसायिक आयुष्य पुन्हा कधी मार्गावर येणार?''

—

जेव्हा तुम्हाला एखाद्या समस्येचं निराकरण करायचं असतं, तेव्हा त्याबद्दल बोलणं हे एक चांगलं पहिलं पाऊल आहे.

—

त्याची आई म्हणाली, ''जेव्हा तुम्हाला एखाद्या समस्येचं निराकरण करायचं असतं, तेव्हा त्याबद्दल बोलणं हे एक चांगलं पहिलं पाऊल आहे. कदाचित जॉयसॉफ्ट कंपनी तुझ्यासाठी योग्य नसेल. कदाचित तुला बदल आवश्यक असेल. तुझा रेझ्युमे दुसऱ्या कंपनीकडे पाठवण्याबाबत विचार केला आहेस का? तू विसरतोयस, तू जेव्हा जॉयसॉफ्ट कंपनीत रुजू झालास तेव्हाच तुला आणखी दोन कंपन्यांनीही चांगला पगार देऊ केला होता.''

''हो, मी त्यावर विचार केला; पण आई, कंपनी ही समस्या नसेलच तर? जर माझ्यातच काही दोष असेल तर?''

जॉशने त्याच्या भावाकडे पाहिलं. तो बार्बेक्यूमध्ये भाजलेलं चिकन घेत होता. ''ब्रायन, तुला काय वाटतं?''

''असं वाटतंय की, वयाच्या तिशीतील आदर्श संकट तुझ्या समोर आहे. मी एम.बी.ए. केलं, त्याची मला मदत झाली. त्यामुळे, मला काय करायचं आहे यावर विचार करण्यासाठी वेळ मिळाला. शिवाय, नोकरी मिळवण्यासाठी आवश्यक त्या खूप चांगल्या ओळखीही झाल्या. अशा तऱ्हेने मी रिअल इस्टेटमध्ये आलो.''

जॉश म्हणाला, ''मला नाही वाटत मी सध्या एम.बी.ए. करेन. पण, काही व्यावसायिक ओळखींचा नक्कीच उपयोग करून घेऊ शकतो. मी एरिकची, क्युबिकलमध्ये बसणाऱ्या यशस्वी सहकाऱ्याचीही मदत घ्यावी असं माझ्या बॉसचं, इव्हाचं म्हणणं आहे. त्याने अगदी सुरुवातीपासूनच विक्रीची कमान उंचावर ठेवली आहे. माझ्यापेक्षा पाच वर्षांनी लहान असणाऱ्या सहकाऱ्याकडून धडे घेण्याचा मला सल्ला देण्यात आला आहे आणि त्यामुळे मला काय वाटत असेल याची कल्पना तुम्ही करू शकता.''

त्याचे वडील म्हणाले, ''मला ठाऊक आहे की यामुळे कदाचित तुझा अहंकार दुखावला जाईल. वास्तविक पाहता, ह्या मधल्या काळात एरिककडून काही शिकणं तुझ्या फायद्याचं ठरू शकतं. परंतु, भविष्याचा विचार करता, तुझ्यापेक्षा एखादा ज्येष्ठ मार्गदर्शक शोधणं योग्य ठरेल. असा मार्गदर्शक, करिअर आणि आयुष्याच्या बाबतीत तुला विशाल दृष्टी देईल. तू रिकीला किती मदत केली आहेस यावरून कल्पना कर.''

दोन वर्षांपूर्वीच्या उन्हाळ्यात, *बिग ब्रदर्स बिग सिस्टर्स संघटनेच्या* कार्यक्रमात, जॉश, बारा वर्षांच्या रिकीचा 'मोठा भाऊ' अर्थात बिग ब्रदर बनला होता.

''पण रिकी लहान आहे. मला एखाद्या मोठ्या व्यक्तीच्या मदतीची गरज आहे.'' जॉश म्हणाला.

''गेली कित्येक वर्षं मी हेच तर सांगतोय,'' त्याचा भाऊ मिश्किलपणे म्हणाला. ''पण बाबांचं बरोबर आहे. तुला तुझ्या करिअरसंबंधी योग्य दिशा दाखवणाऱ्या मार्गदर्शकाची गरज आहे. माझ्या कंपनीने जेव्हा मला नोकरी दिली, तेव्हाच त्यांनी माझ्यासाठी एका मार्गदर्शकाची नेमणूक केली. नोकरीमध्ये माझी जी प्रगती व्हावी अशी कंपनीची इच्छा होती त्यासंबंधी सल्ला देणं हे त्या मार्गदर्शकाचं काम होतं. कारण कंपनीला जास्तीत जास्त माहितगार दलालांची गरज होती. मी स्वत:हून जितकं शिकलो असतो, त्यापेक्षा कितीतरी वेगानं मी शिकतो आहे.''

''ठीक आहे तर मग.'' जॉश म्हणाला. ''मी एक मार्गदर्शक शोधतो. पण कुठे शोधू?''

''कदाचित तुझी बॉस तुला कंपनीतील ज्येष्ठ आणि यशस्वी विक्रेत्यांचा संदर्भ देऊ शकेल.'' त्याची आई म्हणाली.

''किंवा तुझ्याबरोबर खोलीत राहणाऱ्या मित्राच्या माहितीत कुणी आहे का, ते विचार. त्याच्या बऱ्याच ओळखी आहेत.'' जॉशचे वडील म्हणाले.

''पण डेव तर अभियांत्रिकी क्षेत्रात काम करतो.'' जॉशने आक्षेप घेत म्हटलं.

—

जर तुम्ही शोधायला सुरुवात केलीत, तर संभाव्य मार्गदर्शक तुमच्या अवतीभोवतीच असतात.

—

''कधी कधी आपल्या नकळत चांगला मार्गदर्शक सापडू शकतो. माझ्या माध्यमिक शाळेतील शिक्षक माझे पहिले मार्गदर्शक होते.'' त्याचे वडील म्हणाले.

''शेजारीच राहणारी एक उद्योजिका माझी मार्गदर्शक होती. तुम्हाला विशाल दृष्टी देणारी माणसं, तुमच्या क्षेत्रातीलच असण्याची आवश्यकता नसते.'' त्याची आई म्हणाली.

''खरंच आहे. जर तुम्ही शोधायला सुरुवात केलीत, तर संभाव्य मार्गदर्शक तुमच्या अवतीभोवतीच असतात.'' जॉशचे वडील म्हणाले.

एका मिनिटात मर्म

थांबा, मनन करा आणि शिका.

- मार्गदर्शक तुम्हाला पुढची पायरी गाठण्यास मदत करेल का?
- मार्गदर्शनाच्या प्रक्रियेमध्ये, आपल्याला मदत घ्यायची आहे हा हेतू मनात घट्ट बाळगणं ही अतिशय महत्त्वाची पहिली पायरी आहे.
- मार्गदर्शक, तुम्ही निवडलेल्या क्षेत्रातीलच असण्याची आवश्यकता नाही.
- मार्गदर्शक शोधताना, प्रत्येक शक्यता पडताळून पाहा. माजी पर्यवेक्षक, महाविद्यालयाचे माजी विद्यार्थी, शिक्षक, प्राध्यापक, शेजारी, मित्रपरिवार, कुटुंबातील सदस्य, कंपनीच्या योजना, व्यावसायिक संघटना, स्वयंसेवी संघटना तसंच ऑनलाईन मार्गदर्शक संघटना असा प्रत्येकाचा विचार करा.

मी आणि मार्गदर्शक?

डियानचं विमान लॉस एंजलिस विमानतळाच्या धावपट्टीवर उतरलं. लंडन, ॲमस्टरडॅम, ज्यूरिख, शिकागो आणि या दरम्यानचे सर्व विमानतळ तिने वावटळीसारखे पालथे घातले होते. दीर्घ प्रवास हा 'विक्री उपाध्यक्ष' या पदावर असलेल्या व्यक्तीच्या दैनंदिन जीवनाचा एक भागच होता. विमान कर्मचाऱ्याची सूचना संपताच, डियानने फोन बाहेर काढला, एअरप्लेन मोड बंद केला आणि आपल्या सहकाऱ्याला फोन लावला.

पहिली रिंग वाजताच जोसलीनने फोन उचलला आणि म्हणाली, ''कसा झाला प्रवास?''

''आत्ता तरी मी खूपच दमलीय. पण काही चांगल्या गोष्टीही घडल्या. सल्लामसलतीमधील माझी सर्वोत्कृष्ट कौशल्यं पणाला लावून मी ते नेटवर्किंग डिल मिळवू शकले.''

''मला माहितीच होतं तू हे करू शकतेस.'' जोसलीन म्हणाली.

''मग उर्वरित आठवड्याचं वेळापत्रक काय आहे?''

''चांगली गोष्ट म्हणजे प्रवास नाही. पण तरीही वेळापत्रक भरगच्च आहे असंच म्हणावं लागेल. तुझं कॅलेंडर उघडून बघतेस का? मी आत्ताच त्यात सुधारणा केल्या आहेत.''

डियानने तिचं कॅलेंडर उघडलं आणि रिकाम्या जागा कुठे दिसतात का हे पाहण्यासाठी त्यावर एक धावती नजर टाकली. एकही रिकामी जागा न दिसल्याने तिने उसासा टाकला.

पस्तीस वर्षं विक्री क्षेत्रात काढल्यानंतर, आता ती जोसलीनसारख्या कार्यक्षम साहाय्यकावर अवलंबून राहू लागली होती. डियानच्या मीटिंग आयोजित करणं, कोणत्या मीटिंग महत्त्वाच्या आहेत ते ठरवणं, अनावश्यक गोष्टी टाळणं, (ज्याला डियान 'कट द फॅट' असं मिश्किलपणे म्हणत असे) अशी कामं जोसलीन करत होती.

''गुरुवारच्या मीटिंगसाठी माझी खरंच गरज आहे का?'' डियानने विचारलं. ''उपस्थित राहणाऱ्यांच्या यादीत मला ट्रॅव्हीसचं नाव दिसतंय. तो मीटिंग हाताळू शकेल का आणि त्याचा अहवाल देऊ शकेल का?''

फोनच्या दुसऱ्या टोकाला मोठा विराम! ''खरं तर त्यानेच असं सांगितलंय की, त्या ग्राहकांना भेटताना जर डियान तिथे असेल तर चांगलं होईल.'' जोसलीन म्हणाली.

डियानने पुन्हा एकदा सुस्कारा सोडला. हे संभाषण तिला परिचित होतं आणि आता ते नित्याचंच झालं होतं. क्वेस्ट मीडिया कंपनीत ती सर्वांत आघाडीची विक्री अधिकारी असल्याने प्रत्येक ठिकाणी, 'तिची गरज आहे' हे ऐकण्याची तिला सवयच झाली होती; पण अशी खरंच गरज होती का?

''ठीक आहे.'' डियान म्हणाली. ''मी जाईन तिकडे. माझ्यासाठी दुसरी एखादी चांगली बातमी आहे का?''

''आपल्याला अजून समारंभाचं ठरवायचं आहे.'' जोसलीन जरा आग्रहानेच म्हणाली. ''उगीच जास्त लांबवत बसू नकोस. तो खास दिवस जवळ येत चाललाय. मला तर तो खूपच खास बनवायचाय, पण त्यासाठी मला तुझ्याकडूनही थोडी माहिती हवी आहे.''

''*अच्छा.. ते...*'' डियानने परत एक उसासा टाकला. ''आपण त्याच्याबद्दल उद्या बोलू. मी नऊपर्यंत येते.''

डियानने फोन कॉल संपवला आणि फोनच्या स्क्रीनकडे पाहत राहिली. *माझ्या वाढदिवसाच्या समारंभाची मलाच उत्सुकता वाटत नाहीये? काय झालंय मला?* तिच्या मनात विचार आला.

तिने फोनमधील फोटो अल्बम उघडला आणि नुकत्याच काढलेल्या जुळ्या बाळांच्या फोटोकडे पाहू लागली. त्यांचे मोठाले डोळे तिच्याकडेच रोखल्याचं तिला जाणवलं आणि तिने आपली मान झटकली. आपण आजी झालो आहोत यावर तिचा अजूनही विश्वास बसत नव्हता. त्या जुळ्यांचं हसू बघण्यासाठी ती अगदी अधीर झाली होती.

तिच्या मनात विचार आला, *या महिनाअखेरीस एक दिवस सुट्टी घेऊन सारा आणि तिच्या जुळ्या मुलींना भेटायला जायला हवं;* किंवा ग्राहकांच्या मीटिंगसाठी आपल्याला पुन्हा तिकडे कधी जायचं आहे? त्या मीटिंगहून परत येताना, विमानं बदलून, जुळ्या नातींना भेटायला जमेल का? कदाचित नाहीच! तिचं वेळापत्रक नेहमीसारखंच भरगच्च होतं.

तिने दिवसातला दहावा उसासा टाकला.

या सगळ्या धावपळीसाठी कदाचित मी आता म्हातारी होऊ लागली आहे. मी निवृत्त व्हावं का? तिच्या विचारांचं तिलाच आश्चर्य वाटलं.

डियानला काय करावं कळत नव्हतं, पण ते कुणाला कळत असेल हे तिला माहिती होतं.

*

वॉरेन रिग्ज

एअरपोर्ट शटल बसच्या पाठीमागच्या सीटवर डियान टेकून बसली. फोनमधील नावांच्या यादीतून तिला हवं असलेलं नाव तिने शोधलं. नाव सापडल्यावर तो नंबर फिरवून फोन जोडला जाण्याची वाट ती पाहू लागली.

तिच्या मनात विचार आला... *ते जलप्रवासाला गेले नसले म्हणजे मिळवलं. माझ्यासाठी आत्ता त्यांना निवांत वेळ असावा, ते मासे पकडायला गेलेले नसावेत.*

वॉरेन रिग्ज – डियानचा पहिला बॉस! त्यांनी डियानचं आयुष्य पूर्णत: बदलून टाकलं होतं. अगदी सुरुवातीपासूनच त्यांनी तिच्यावर विश्वास ठेवला होता. तेव्हापासून, जेव्हा ती विशीत होती, अननुभवी परंतु खंबीर, स्वप्रेरित होती. आपल्याला माध्यमक्षेत्रातच काहीतरी करायचं आहे हा तिचा विचार पक्का होता, पण सुरुवात कुठून करावी याची तिला काहीच कल्पना नव्हती.

डियानच्या नोकरीतील अगदी पहिल्या दिवसापासूनच वॉरेनना तिच्यात असं काही दिसलं, जे इतरांना जाणवलं नाही. हळूहळू त्यांनी तिच्या आवडी चुचकारत, तिला तिच्या बलस्थानांची जाणीव करून दिली आणि उदयोन्मुख टेलिव्हिजन विक्री अधिकारी बनण्याच्या मार्गावर तिला आणून सोडलं. डियानने जरी नोकऱ्या बदलल्या, सहा वर्षांच्या उत्कृष्ट अशा कामगिरीनंतर ती वॉरेनना सोडून गेली, तरीही त्यांचा संपर्क कायम राहिला. तिला जेव्हा गरज होती तेव्हा त्यांनी तिला सल्ला दिला, आधार दिला. त्याचबरोबर सुस्पष्ट दिशा दाखवत राहिले. जर वॉरेन नसते, तर डियान कुठे भरकटली असती हे तिलाच कळलं नसतं.

''हॅलो?''

''वॉरेन, बरं झालं तुमची फोनवर भेट झाली. मला वाटलं होतं की, तुम्ही बोट घेऊन पुन्हा बाहेर पडला असाल.''

''खरं तर मी जाणारच होतो पण संपूर्ण सकाळ मी काम करत होतो. काही वर्षांपूर्वीचा माझा अर्धनिवृत्तीचा समारंभ आठवतोय?'' वॉरेनने हसत हसत विचारलं.

ती कशी विसरू शकत होती? त्या पार्टीमध्ये डियान अशा अनेक लोकांना भेटली होती, ज्यांची व्यावसायिक कारकीर्द वॉरेनने घडवली होती. वॉरेनमुळे व्यवसायात यशस्वी झालेली ती एकटीच नव्हती.

''मला चांगलंच आठवतंय.'' डियान म्हणाली.

''त्यांनी तो खुळ्यासारखा लांबच लांब जाहिरातफलक लावला होता, आठवतंय का?'' वॉरेनने विचारले.

''तुम्ही त्या बॅनरबद्दलच बोलताय ना, ज्यात लिहिलं होतं, 'वयाच्या ८०व्या वर्षी सेमी-रिटायरमेंट म्हणजेच ६५व्या वर्षीची नवीन रिटायरमेंट असते का?'''

''हो, तेच ते. म्हणजे तू आत्ता मला अर्धनिवृत्तीत काम करताना पकडलंस तर.' वॉरेन मस्करीच्या स्वरात म्हणाले. ''तुझ्या कॉलच्या सन्मानार्थ मी काय करू शकतो?''

''ओह... वॉरेन... अलीकडे ही धावपळ, दगदग खूप जास्त होत आहे, असं वाटतं. मी सतत फिरतीवरच असते. बिचाऱ्या माझ्या नवऱ्याने तर मला कित्येक आठवड्यात पाहिलंदेखील नाहीये. मला माझ्या नातवंडांची

खूप आठवण येते. मीसुद्धा अर्धनिवृत्तीचा विचार करावा की करू नये, या द्विधावस्थेत आहे.''

''यामागे तुझा काय विचार आहे?''

''माझ्या वयाचे अनेक लोक निवृत्तीचा विचार करत आहेत, या अव्याहत कसरतीला काही अंतच नाहीये. माझी साहाय्यक माझं वेळापत्रक शक्य तितकं सोपं ठेवायचा प्रयत्न करते, पण दरवर्षी ते अधिकाधिक त्रासदायकच होत चाललंय. अगदी खरं सांगायचं तर मी आता थकत चालली आहे. कामाच्या ठिकाणीदेखील दमछाक होईल इतकं काम आहे. कामातदेखील आता पूर्वीसारखी आवड उरलेली नाही.''

''बोलत राहा.'' वॉरेन म्हणाला.

''मी नेहमीच म्हणत आले आहे की, वयाच्या ६५व्या वर्षी मी कधीच निवृत्त होणार नाही. त्याला आता थोडीच वर्षं राहिली आहेत, पण तोपर्यंत तरी मी काम करेन की नाही याची मलाच खात्री वाटत नाही. मला नव्यानं उत्साही आणि जोशपूर्ण वाटेल असं काहीतरी करण्याची गरज आहे, असं वाटतं. शरणागती पत्करण्याचं हेच कारण असावं का?''

''जर तू निवृत्त झालीस तर काय करशील, असं तुला वाटतं?''

''सारा आणि तिच्या मुलींबरोबर जास्त वेळ घालवायला मला नक्कीच आवडेल.''

''पण म्हणजे तुझा *संपूर्ण* वेळ?'' वॉरेनने विचारले.

''अगदी संपूर्ण नाही, पण माझे सगळे मित्र-मैत्रिणी मला नेहमी म्हणत असतात...''

''काय म्हणतात तुझे सगळे मित्र-मैत्रिणी?''

''ते नेहमी म्हणतात, 'डियान, आजपर्यंत तू जेवढं काम केलंस, ते पुरेसं नाही का?' प्रत्येकालाच वाटायला लागलंय की, मी माझं करिअर-नोकरी आता आटोपती घ्यावी. माझ्या जुळ्या नातवंडांचे नवे फोटो फॉरवर्ड केल्यावर तर अशा आशयाचे संदेश मला हटकून येतात.''

थोडं थांबून मग वॉरेन म्हणाले, ''आताच्या तुझ्या बोलण्यावरून मला असं जाणवतंय की, तुला तुझ्या कामात रस उरलेला नाही, तू खूप भावनाविवश झाली आहेस. त्यामुळे तुला सतत असं वाटू लागलंय की,

आपली नोकरी-उद्योग सगळं मागे सारून, दारावरती निवृत्त झाल्याचा मोठा फलक लावून ठेवावा.''

''खरंच असं वाटतंय. तुम्हाला काय वाटतं?''

वॉरेन मदत करतील अशी तिची अपेक्षा होती, पण त्यांचं उत्तर ऐकून तिने एकदम बचावात्मक पवित्रा घेतला.

''मला वाटतंय, तुला आयुष्यात अधिक संतुलन साधण्याची गरज आहे. सद्यःस्थितीत, तू स्वत:ला नोकरीत आवश्यकतेपेक्षा जास्त झोकून दिलं आहेस. तुझ्या कामाव्यतिरिक्तदेखील अन्य लोकांच्या संपर्कात राहणं, तुझ्यासाठी गरजेचं आहे.''

''पण ते तर मी नेहमीच करते!'' ती तत्काळ आणि काहीशा चढ्या स्वरात म्हणाली. ''मी दानधर्म करते, सुट्टीच्या दिवशी फूड बँकेत स्वयंसेवक म्हणून काम करते तसंच कुटुंबाला आणि मित्रपरिवाराला शक्य होईल तितका वेळ देते.''

''मला वाटतं माझं म्हणणं तुला समजलं नाही. हे बघ, तू जे करत आहेस त्यापेक्षा वेगळं काही करण्याची आवश्यकता नाही. फक्त तुला तुझ्या व्यक्तिमत्त्वात इतरांना सामील करून घेण्याची गरज आहे. मार्गदर्शक किंवा सल्लागार होण्याबद्दल कधी विचार केला आहेस का?''

''वॉरेन! मला कोणत्याही प्रकारे विचलित होण्याची नाही, तर ऊर्जेची आणि एकाग्रतेची गरज आहे.''

''तेच तर मी सांगतोय. ज्याला खरोखरच मार्गदर्शनाची गरज आहे असं कुणी तुला सापडलं, तर त्या नात्यातून तुला हवा तितका उत्साह-ऊर्जा मिळेल.''

''पण मी कुणाला मार्गदर्शन करू?''

''विक्री क्षेत्रात असलेल्या कुणा तरुण व्यक्तीला मार्गदर्शन केलंस तर...? त्यामुळे, करिअरसाठी हे क्षेत्र का निवडलं, याची तुला आठवण होत राहील आणि तू इथपर्यंत गाठलेला पल्ला डोळ्यांसमोर येत राहील. एखाद्या तरुण व्यक्तीला केलेलं मार्गदर्शन, तुझ्या भावी योजनांवर लक्ष केंद्रित करण्यासाठी तुला फायद्याचं ठरेल.''

''अशी व्यक्ती मला कुठे सापडेल?''

''फक्त तुझे डोळे आणि कान उघडे ठेव. मार्गदर्शक होण्याचं एकदा मनाशी पक्कं केलंस, तर तुला किती लोक भेटतील बघ!''

—

दुसऱ्या व्यक्तीला मार्गदर्शन केल्याने स्वत:च्या भावी योजनांवर लक्ष केंद्रित होण्यास मदत होते.

—

''आता विचार केल्यावर लक्षात येतंय, इतक्या वर्षांत कित्येकांनी त्यांना मदत मिळावी यासाठी माझ्याशी संपर्क साधला होता, पण तेव्हा मी कामात खूपच व्यग्र होते. त्यामुळे त्यांना मदत करण्यासाठी मी नकार दिला होता. आताही हे काम चांगल्या पद्धतीने करण्यासाठी वेळ मिळेल की नाही याबद्दल मी साशंक आहे.''

''काळजी करू नकोस. अनेक लोक मार्गदर्शक बनण्याचं टाळतात कारण त्यांना वाटतं की, ते खूप वेळखाऊ काम आहे. पण ते तसं असेल, असं नाही. मला मिळालेले सर्वोत्कृष्ट सल्ले हे बरेचदा, माझ्या मार्गदर्शकांशी सहज, हसत-खेळत झालेल्या गप्पांमधून मिळाले आहेत.''

मार्गदर्शक आणि मी? डियानला अजूनही खात्री वाटत नव्हती. पण वॉरेनशी असहमत होण्याची तिची ही काही पहिलीच वेळ नव्हती. अशा मोठ्या कल्पनांना प्रतिसाद देण्यापूर्वी, विशेषकरून वॉरेनकडून आल्या असतील तर, थोडा वेळ घ्यायला हवा, हे ती गेल्या काही वर्षांत शिकली होती.

''ठीक आहे. मला थोडी भीती वाटतीये, पण प्रयत्न करून पाहीन. जोपर्यंत तुम्ही माझ्याबरोबर आहात तोपर्यंत मला चिंता नाही.''

—

अनेक लोक मार्गदर्शक बनण्याचं टाळतात कारण त्यांना वाटतं की, ते खूप वेळखाऊ काम आहे. पण ते तसंच असेल, असं नाही.

—

''शाब्बास'' वॉरेन म्हणाला. ''ठीक आहे. मला दुसरा एक कॉल येतोय, त्यामुळे मला आता जायला हवं. पण मी लवकरच तुला भेटेन. तुझा वाढदिवस जवळ येतोय ना?''

''हो, पण त्या समारंभाचे नियोजन करण्यासाठी माझ्याकडे वेळच नाहीये.''

''ठीक आहे, पण जर तू पार्टी ठेवली आणि मला बोलावलं, तर मला तिकडे तुझे निवृत्तीचे फलक दिसायला नको आहेत. निदान तू पहिल्यांदा कुणाची तरी सल्लागार म्हणजेच मार्गदर्शक बनेपर्यंत तरी.''

''तुमच्याशिवाय समारंभ होऊच शकत नाही, वॉरेन. निदान हा समारंभ तरी निवृत्तीचा नसेल. मला धीर, प्रोत्साहन दिल्याबद्दल धन्यवाद.''

एका मिनिटात मर्म

थांबा, मनन करा आणि शिका.

- मार्गदर्शन किंवा सल्ला देणं खूप वेळखाऊ काम आहे म्हणून तुम्ही मार्गदर्शक होण्याचं टाळलं आहे का?
- मार्गदर्शक होताना, नियमित संवादाची आवश्यकता असते, परंतु हे पूर्णवेळ काम नाही.
- बऱ्याच लोकांना मार्गदर्शकाच्या भूमिकेमुळे उत्साह-ऊर्जा मिळते; कदाचित तुमच्या बाबतीतदेखील तसंच होईल.
- मार्गदर्शन घेणारं कुणीतरी शोधायचं हा निश्चय पक्का असेल, तर मार्गदर्शनाची इच्छा असणारी असंख्य माणसं तुम्हाला तुमच्या भोवती सापडतील.

शोध

त्या रात्री जेव्हा जॉश अपार्टमेंटमधल्या त्याच्या घरी परतला, तेव्हा डेव, जेवणाच्या खोलीतल्या टेबलावर संगणकाशी काहीतरी करत होता.

''हार्ड ड्राईव्ह बदलतोय.'' डेव म्हणाला.

डेवचं काम सुरू असताना, एकीकडे जॉशने त्याच्या आई-वडीलांशी आणि भावाशी झालेलं संभाषण त्याला सांगितलं, ज्यामध्ये त्यांनी मार्गदर्शक शोधण्याचा सल्ला दिला होता.

''माझ्या बॉसने असं सुचवलंय की, माझ्याबरोबर क्युबिकलमध्ये बसणाऱ्या एरिकला माझा मार्गदर्शक होण्याबाबत मी विचारावं. त्याच्याकडून शिकण्यात मला काही हरकत नाही, परंतु मार्गदर्शक म्हणून कुणी ज्येष्ठ, प्रदीर्घ अनुभव असलेली व्यक्ती मिळाली तर मला आवडेल. असं कुणी, जे माझ्या पुढील कारकिर्दीसाठी विक्री प्रतिनिधीचं काम योग्य आहे का, हे मला सांगू शकेल. तुझं काय मत आहे?''

डेवने क्षणभर विचार केला. ''माझ्या ओळखीतले बहुतेक जण हे आपल्याच वयाचे, तंत्रज्ञानात डोकं खुपसून बसणारे आहेत. त्यामुळे त्यांचा काही उपयोग होईल असं मला वाटत नाही. पण माझे एक काका आहेत, जे कित्येक वर्षं विक्री क्षेत्रात आहेत आणि त्यात ते खूप यशस्वीदेखील आहेत. म्हणत असशील तर तुझी त्यांच्याशी ओळख करून देऊ का?''

''चांगली सुरुवात होईल.'' जॉश म्हणाला.

*

दोन दिवसांनी, जॉश, डेवचे काका रॉन यांच्यासमवेत एका रेस्टॉरंटमध्ये बसला होता. टापटीप पोशाख घातलेले रॉन काका पन्नाशीतील गृहस्थ होते. त्यांच्या व्यक्तिमत्त्वातून मूर्तिमंत यशस्विता झळकत होती.

''डेवने सांगितलं की, विक्री क्षेत्र तुझ्यासाठी योग्य आहे की नाही याचा तुला निर्णय होत नाहीये. तर मग, मीच पहिल्यांदा तुला असं सांगेन की, जर तुला भरपूर पैसे कमवायचे असतील, तर विक्री क्षेत्रातच काम कर! हेच एक क्षेत्र असं आहे, जिथे पगाराची कोणतीही सीमारेषा, मर्यादा नाही. बाकीच्या क्षेत्रांमध्ये, तुम्हाला दरमहिना पगार मिळतो आणि मग वर्षाच्या शेवटी तुम्हाला बोनसची याचना करत बसावं लागतं. *याचना!* माझ्या पगारावर माझं नियंत्रण असतं. फक्त मला किती कष्ट करायचे आहेत आणि विक्री करायची आहे यावर ते अवलंबून असतं, बस्स!

जॉश म्हणाला, ''माझ्या बाबतीतदेखील असंच होईल असं मला वाटत होतं, पण हे फक्त बोलण्यापुरतं ठीक आहे. प्रत्यक्षात असं काही होत नाही.''

जॉशच्या चेहऱ्याकडे बोट दाखवत रॉन म्हणाला, ''तुला गरज आहे चिकाटीची! आणि चिकाटी धरणं हे सोपं काम नाही. तुला झोकून देऊन काम करावं लागेल, त्यासाठी भरपूर वेळ द्यावा लागेल. तुझा संपूर्ण वेळ आणि ऊर्जा पणाला लावून काम करण्यात तुला कोणती अडचण आहे? विक्रीचं ध्येय तुझ्या रक्तात, श्वासात भिनलं पाहिजे, तसं तू केलं आहेस का?''

''नोकरी व्यतिरिक्तदेखील मला एक वेगळं आयुष्य आहे. रिकी नावाच्या लहान मुलाला, त्याचा मोठा भाऊ म्हणून मला वेळ द्यावा लागतो. मला शरीर सुडौल ठेवायला आवडतं, त्यासाठी मी हायकिंगला जातो किंवा शनिवार-रविवारी डेव आणि इतर मित्रांबरोबर बास्केटबॉल खेळतो. आयुष्यात संतुलन असलेलं चांगलं, नाही का?''

''अरे, संतुलन वगैरे विसर! एक गोष्ट कायम लक्षात ठेव : जिथे कृती आहे तिथे विक्री आहे. तुझी कंपनी तुझ्यावर अवलंबून आहे. एकदा का

भरपूर पैसे मिळवायला लागलास की, *मगच* तुझ्या आयुष्यात थोडाफार समतोल येईल.''

संभाषणाची गाडी इथून घसरणीला लागली. डेवचे काका फक्त विक्री, विक्री आणि विक्रीबद्दलच बोलत होते आणि त्याबद्दल त्यांच्या मनात कोणतीही शंका नव्हती. जॉशचं प्रत्येक म्हणणं ते खोडून काढत होते. जॉशच्या लगेचच लक्षात आलं की, डेवचे काका, विक्री क्षेत्रात अत्यंत यशस्वी असले तरीही आपल्याला अपेक्षित असणारी व्यक्ती, ते नाहीत. त्यामुळे आपणच आपलं मार्गदर्शक झालेलं बरं.

मार्गदर्शक, सल्लागार शोधणं तितकंसं सोपं नसतं हे पुढील काही आठवड्यांतच जॉशला उमगलं. त्याच्या मित्रांनी, नातेवाइकांनी आणि सहकाऱ्यांनी सुचवलेल्या अनेक व्यक्तींशी तो बोलला पण त्यातील कुणीही संपूर्ण योग्य नव्हतं. मूल्यं, व्यक्तिमत्त्व, कामाचा अनुभव आणि वेळापत्रक अशा कुठल्या ना कुठल्या बाबतीत सूर जुळत नव्हते.

तरीही, त्याने आशा सोडली नव्हती.

आणि योग जुळून आला. रिकीसाठी जॉश एका खेळाची तिकिटं आणण्याकरता बिग ब्रदर्स बिग सिस्टर्सच्या मुख्यालयात गेला होता. तिथल्या लॉबीमध्ये एक समुपदेशक त्याच्या शेजारून जात होते. त्यांची जॉशला विचारलं, ''कसं चाललंय जॉश?''

जॉश आपल्या मनातील खळबळ लपवू शकला नाही. तो बोलून गेला.

''जर लिटल ब्रदरबद्दल म्हणत असाल तर उत्तम. पण नोकरीबद्दल सांगायचं, तर ठीक नाही.''

''काय झालं?''

''मला फक्त इतकंच सांगायचंय की, माझी प्रगती होत नाहीये. खरं तर मी अशा मार्गदर्शकाच्या, सल्लागाराच्या शोधात आहे, जो मला माझ्या करिअरच्या पुढच्या टप्प्यात पोहोचण्यासाठी मदत करेल.''

''तू लिंडा पॅट्रिजशी बोलायला हवंस. ती सगळ्यांना ओळखते.'' एक क्षणही न दवडता तो माणूस म्हणाला.

''तीच ना जी बिग ब्रदर्स बिग सिस्टर्सच्या एका विभागाची अध्यक्ष आहे? पण माझ्या समस्यांसाठी मला तिला त्रास द्यायची इच्छा नाही.''

तो माणूस हसला. ''मग तू खरंच लिंडाला ओळखत नाहीस. इतरांना मदत करण्यासाठीच तर तिचं आयुष्य समर्पित आहे. चल, ती तिच्या ऑफिसमध्ये आहे का ते पाहू या.''

*

थोड्याच वेळात जॉश, लिंडाच्या टेबलासमोर बसला होता.

''मी आपली काय मदत करू शकते?'' तिने विचारलं.

''माझ्या करिअरच्याबाबतीत मला मार्गदर्शन हवं आहे. मी सध्या विक्री क्षेत्रात आहे, पण ह्याच क्षेत्रात राहावं का याबद्दल मी साशंक आहे. मी एका मार्गदर्शकाच्या शोधात आहे. हा शोध सुरुवातीला सोपा वाटला पण आता मात्र अवघड वाटतोय.''

''आतापर्यंतच्या मार्गदर्शकाच्या शोधात तू काय शिकलास?''

''आतापर्यंत मला इतकं समजलं आहे की, मला जे अपेक्षित आहे तेवढंच मार्गदर्शकाने मला सांगायला *नको*. मला अशी व्यक्ती अपेक्षित आहे, जी फक्त यशस्वी नसावी तर तिला कुटुंबाची, मित्रपरिवाराचीदेखील आस्था असावी. मला जे गुण भावतात जसे; प्रामाणिकपणा, औदार्य आणि विनोदबुद्धी, असे गुण जिच्याकडे असतील, ती व्यक्ती मला आवडेल.''

लिंडाने सहमतीदर्शक मान हलवली. ''प्रत्येक वेळी ते शक्य होईलच असं नाही, पण तुमचं व्यक्तिमत्त्व आणि मूल्यांना साजेसं असं कुणी शोधणं हे महत्त्वाचं आहे.''

''निश्चितच. मी अशा एका संभाव्य मार्गदर्शकाला भेटलो आहे. तो पराकोटीचा व्यवसायलक्षी होता, त्यापुढे त्याला इतर सर्व गोष्टी गौण होत्या. अजून एक इसम भेटला ज्याला अजिबात विनोदबुद्धी नव्हती आणि प्रचंड आत्मकेंद्री होता. त्याने तर माझा एक शब्ददेखील ऐकून घेतला नाही.''

—

प्रत्येकवेळी ते शक्य होईलच असं नाही, पण तुमच्या व्यक्तिमत्त्वाला आणि मूल्यांना साजेसं असं कुणी शोधणं हे महत्त्वाचं आहे.

—

''एकंदरीत असं दिसतंय की, तुला अशा व्यक्तीची गरज आहे जी उत्तम श्रोता असेल. तिच्याकडे इतरांना समजून घ्यायची क्षमता असेल.''

''अशी एखादी व्यक्ती तुला या क्षणी आठवतीय का?''

''या क्षणी नाही, पण मला विचार करू दे. पैजेवर सांगते की, अशा एक-दोन व्यक्ती मला सापडतीलच.''

*

त्या आठवड्याच्या शेवटी, किराणामालाच्या दुकानात लिंडाची तिच्या जुन्या कॉलेजमैत्रिणीशी – डियान बर्टमनशी गाठ पडली.

''तुला भेटून खूप आनंद झाला!'' लिंडा म्हणाली.

''लिंडा, माझ्या व्यग्र वेळापत्रकामुळे आपली भेट 'बिग ब्रदर्स बिग सिस्टर्स ऑर्गनायझेशनच्या' वार्षिक निधी उभारणीच्या कार्यक्रमांदरम्यानच होते आणि याचं मला खूप वाईट वाटतं.'' डियान मान हलवत म्हणाली.

''काही हरकत नाही डियान. खरं तर, मार्कच्या आणि तुझ्या प्रेमळ पाठिंब्याबद्दल मीच तुमची आभारी आहे.''

डियानने तिच्या निवृत्तीबाबत असलेल्या संभ्रमाविषयी लिंडाला सांगितलं. ''माझ्या विश्वासू सल्लागाराने, वॉरेनने मला सुचवलंय की, कामातलं लक्ष थोडं बाजूला करून कुणा तरुण व्यक्तीला मार्गदर्शन करावं.''

लिंडा म्हणाली, ''बरं झालं तू हे मला सांगितलंस. नुकतंच बिग ब्रदरच्या स्वयंसेवकाशी माझं बोलणं झालं. त्याला त्याच्या वाईट काळात मार्ग दाखवण्यासाठी मार्गदर्शकाची आवश्यकता आहे. मला वाटतं तुमच्या दोघांची जोडी जमेल. तो विक्री क्षेत्रात आहे आणि त्याच क्षेत्रात पुढे काम

करावं का, याबद्दल साशंक आहे. आणि तू विक्री क्षेत्रातीलच आहेस, पण उर्वरित आयुष्य कसं व्यतीत करावं याबद्दल संभ्रमात आहेस.''

''नक्की तो कसा आहे?''

''भन्नाट आहे तो. उत्कृष्ट बिग ब्रदर्स स्वयंसेवकांपैकी एक आहे. मनाने साफ आणि इतरांची काळजी घेणारा आहे.''

''खूपच छान!''

''मला सांग, मी तुम्हा दोघांसाठी दुपारच्या जेवणाचा बेत ठरवू का? म्हणजे मग तुम्हाला पुढचं बोलता येईल.''

''त्याला चालणार असेल तर मलादेखील चालेल.'' डियान म्हणाली.

एका मिनिटात मर्म

थांबा, मनन करा आणि शिका.

- मार्गदर्शनपर भागीदारीचे अनेक प्रकार आहेत. जसं; समवयस्कांची, ज्येष्ठ आणि तरुणांची, नवशिके आणि प्रवीण व्यक्तींची, वेगवेगळ्या पिढ्यांमधील आणि कंपनी अंतर्गत असणाऱ्या मार्गदर्शनाची. मार्गदर्शन देणाऱ्यात किंवा घेणाऱ्यात तुम्ही कोणती बाब शोधत आहात, हे कोणत्या प्रकारचे मार्गदर्शक संबंध तुम्हाला अपेक्षित आहेत, यावर अवलंबून असतं.
- मार्गदर्शकाचा किंवा मार्गदर्शन घेणाऱ्याचा शोध सुरू करण्यापूर्वी त्या व्यक्तीत तुम्हाला नेमके कोणते गुण अपेक्षित आहेत, याचा विचार करा. तुमच्यासाठी त्या व्यक्तीची कोणती मूल्यं आणि कोणती वैशिष्ट्यं महत्त्वाची आहेत?
- तुमच्या संभाव्य मार्गदर्शकांबरोबर नम्रतेने वागा. जर तुमच्या दोघांचे सूर जुळले नाहीत, तर लगेचच तुमचा निर्णय त्यांना कळवा आणि त्यांनी दिलेल्या वेळेबद्दल त्यांचे आभार माना.
- संभाव्य मार्गदर्शन घेणारे असाल, तर *हिंमत ठेवा.* जेव्हा तुम्ही एखाद्याला तुमचा मार्गदर्शक होण्याबद्दल विचाराल तेव्हा वाइटात वाईट काय होईल, तर ती व्यक्ती नकार देईल. जर त्या व्यक्तीने नाही म्हटलं, तर तसंही तुम्हाला या आधीही कुणी मार्गदर्शक नव्हताच!

पहिली भेट

त्या सोमवारी बे साईड ग्रिल रेस्टॉरंटमध्ये झालेल्या भेटीदरम्यान जास्त बेचैन कोण होतं हे सांगणं कठीण आहे. पर्सशी चाळा करत, रेस्टॉरंटच्या मॅनेजरशेजारी वाट बघत उभी असलेली डियान जास्त बेचैन होती की, रेस्टॉरंटचं दार उघडत आपल्या पँटवर हाताचे तळवे घासत, लिंडाने वर्णन केलेल्या स्त्रीला शोधणारा जॉश.

डियान आणि जॉश आसनस्थ झाले. त्या दोघांची मैत्रीण असलेल्या लिंडाने त्यांच्याबद्दल सांगितलेल्या चांगल्या गोष्टी त्यांनी थोडक्यात एकमेकांना सांगितल्या. एकदा ऑर्डर दिल्यानंतर डियान मूळ मुद्द्याकडे वळली.

''बऱ्याच वर्षांपूर्वी, माझ्या पहिल्या बॉसने मला शिकवलं होतं की, दुसऱ्यांबरोबर काम करण्याचे दोन पैलू असतात - भाव आणि स्वरूप'' ती म्हणाली. ''*भाव* म्हणजे आपली प्रत्येक गोष्ट मनापासून समोरच्याला सांगणे आणि उभयतांमधील सामाईक मूल्ये शोधणे. *स्वरूप* हे कार्यप्रणालीच्या बाबतीत आहे - म्हणजे आपण कशा पद्धतीने एकत्र काम करू शकतो. मी जर भाव शोधण्याआधीच स्वरूपाकडे उडी घेतली, तर काहीही साध्य होणार नाही. तेव्हा, या दुपारच्या जेवणाला आपण *भाव-बैठक* बनवू या. यामध्ये आपल्याला आपली मूल्यं जाणून घेता येतील आणि एकमेकांच्या अंतरंगात डोकावता येईल.

—

भाव म्हणजे आपली प्रत्येक गोष्ट मनापासून समोरच्याला सांगणे आणि उभयतांमधील सामाईक मूल्ये शोधणे. स्वरूप हे कार्यप्रणालीच्या बाबतीत आहे.

—

जॉश म्हणाला, ''तुम्ही हे सगळं स्पष्ट करून बोलताय त्यामुळे मला खूप बरं वाटतंय. या आधी घेतलेल्या मार्गदर्शकाच्या शोधात माझ्या हाती फार काही लागलं नाही. कारण हे जे अंतरंगात डोकावणं वगैरे तुम्ही म्हणत आहात, तसं तेव्हा काही जाणवलंच नव्हतं.''

''चला तर मग, एकमेकांबद्दल जाणून घेऊ या. मला तुझ्याबद्दल थोडक्यात सांग.'' डियान म्हणाली.

जॉशने लगेच उत्तर दिलं नाही. *खरंच, त्याची नक्की ओळख काय होती?*

''मी अठ्ठावीस वर्षांचा आहे.'' त्याने सुरुवात केली. ''मी बर्कले येथील कॅलिफोर्निया विद्यापीठातून व्यवसाय शाखेची पदवी प्राप्त केली आहे. महाविद्यालयापासून माझा मित्र असलेल्या डेवसोबत मी एका अपार्टमेंटमध्ये राहतो. तो खूपच थट्टेखोर पण हुशार आणि चुणचुणीत आहे. तो अभियंता आहे आणि माझ्या प्रत्येक गोष्टीत माझ्या सोबत असतो. तो माझ्या आयुष्यात असल्याबद्दल मी स्वत:ला नशीबवान समजतो.''

''लिंडा म्हणत होती, आपल्या विभागातल्या सर्वांत चांगल्या बिग ब्रदर स्वयंसेवकांपैकी तू एक आहेस. तू इकडे कसा काय वळलास?'' डियानने विचारलं.

''माझे आई-वडील बिग ब्रदर्स बिग सिस्टर्स संघटनेचे मोठे समर्थक आहेत. तिथे असणाऱ्या काही मुलांच्या अडचणींबाबत मला समजलं तसंच आपण त्यांच्यासोबत काही काळ व्यतीत केल्याने त्यांच्या आयुष्यात किती फरक पडतो हे लक्षात आलं, तेव्हा मी लगेचच हे काम हाती घेतलं.''

''तुझ्या बोलण्यावरून तुझे पालक खूप सुजाण आहेत असं दिसतंय.'' डियान म्हणाली.

''खरंच ते तसेच आहेत. ते माझे आदर्श आहेत. मी कायम त्यांचा सल्ला घेत असतो. माझे वडील टेलिव्हिजन अधिकारी आहेत आणि आई माध्यमिक शाळेत मुख्याध्यापिका आहे. मला एक मोठा भाऊ आहे - ब्रायन. तो रिअल इस्टेट व्यवसायात आहे. त्याने एम.बी.ए. केलं आहे आणि मीपण करावं असं त्याला वाटतं, पण आयुष्यात पुढे जाण्यासाठी हीच दिशा योग्य आहे का, याची मला खात्री नाही.''

''का नाही?'' डियानने विचारले.

''मी यावर बराच वेळ विचार करत होतो. मी बिझनेसमध्येच माझी कारकीर्द घडवेन का, याबद्दल साशंक आहे. तसंच, विक्री क्षेत्रातही मी फार काही चमक दाखवू शकलो नाहीये, हेदेखील मला ठाऊक आहे.''

''तुला काय करायला आवडतं?''

''मला लोकांशी बोलायला आवडतं, पण त्या संभाषणातून वस्तू विकायला मात्र मला आवडत नाही.''

''तसं करायला का आवडत नाही?'' डियानने विचारलं.

''प्रत्येक वेळी संभाषणाचा अंत वस्तूच्या विक्रीतच व्हावा हे मला आवडत नाही. वस्तू विकत घेताना तिचा उपयोग होणार आहे किंवा नाही याचा विचार न करता लोकांनी काहीतरी विकत घेतलंच पाहिजे, असा माझा आग्रह नसतो. किमान मला तरी असंच वाटतं.''

डियान हसली. ''तू खूपच रोखठोक आहेस, नाही का? विक्री म्हणजे काय याचं हे खूपच मनोरंजक आकलन आहे. एक सांगू, माझी सगळी कारकीर्द विक्री क्षेत्रातच गेली असल्याने, तू जे म्हणतो आहेस, तसं मला तरी वाटत नाही. समोरच्या व्यक्तीला जर त्या वस्तूची गरज नाही असं माझ्या लक्षात आलं, तर ती वस्तू त्याला विकण्यासाठी मी अजिबात आग्रही असणार नाही. त्याऐवजी मला योग्य वस्तू किंवा सेवा योग्य व्यक्तीला विकायला जास्त आवडतं.''

जॉशशी बोलताना, पूर्वीचाच कामाचा उत्साह आपल्यात संचारल्याचं तिला जाणवलं.

जॉशने आपली मान हलवली. ''हो ना! पण मी तसा नाही. माझ्या कंपनीचं उत्पादन श्रेष्ठ दर्जाचं आहे आणि अनेक लोकांना त्याची गरज असून त्यांना ते हवं आहे हेदेखील मला माहिती आहे. पण या दोन्हीची सांगड घालणं हे खरोखरच माझ्या आवडीचं काम नाही.''

''इतरांसोबत काम करताना तुला उत्साह वाटला *होता*, तू आवडीने त्यांच्याबरोबर काम केलं होतंस, असा काळ तुला आठवतोय?

''आवडीने?''

''असा अनुभव, ज्यात तू स्थळकाळाचं भान विसरला होतास?''

जॉश थोडा विचारमग्न झाला. ''असा अनुभव फक्त महाविद्यालयीन काळातच आला आहे. महाविद्यालयात, ज्युनिअर आणि सिनियर अभ्यासक्रमाच्या वर्षात मी 'पत्रकारिता' हा विषय घेतला होता आणि माझी वर्णी महाविद्यालयाच्या वृत्तपत्रकर्मचाऱ्यांमध्ये लागली होती. महाविद्यालयाच्या परिसरात होणाऱ्या घडामोडींबाबत वृत्तपत्रातून लिहिण्यासाठी जेव्हा त्यांनी मला विचारलं, तेव्हा मी खूपच रोमांचित झालो होतो. त्या दरम्यान मला विद्यार्थ्यांच्या, शिक्षकांच्या, प्रशासकीय अधिकाऱ्यांच्या मुलाखती घेता आल्या. इतकी मजा येत होती की, या कामाबद्दल महाविद्यालयाकडून माझे गुण वाढवण्यात येताहेत हे माझ्या गावीदेखील नव्हतं. माझ्या रोजच्या अभ्यासाव्यतिरिक्त, माझ्या या नव्या कामामुळे माझ्या गुणांची सरासरी उंचावत होती. मला खूपच मजा येत होती.''

''या सगळ्यात तुला विशेषकरून काय आवडलं होतं?'' डियानने विचारले.

''मला लोकांच्या मुलाखती घ्यायला खूप आवडायचं. त्यातील काही संदर्भांचा, माहितीचा वापर करून चांगले लेख लिहिता येतील का याची चाचपणी मी करायचो.''

''या कामात तुला मिळालेल्या आनंदाचा विचार करता, तू याच क्षेत्रात पदवी घेण्याचा किंवा हेच क्षेत्र व्यवसाय म्हणून निवडण्याचा विचार का केला नाहीस?''

''माझ्या वडीलांना ही कल्पना पसंत नव्हती. त्यांनी मुख्यत्वेकरून व्यवसायशाखेशीच निगडित राहण्यासाठी प्रोत्साहित केलं. प्रत्यक्षात तेच जास्त फायदेशीर ठरेल, असं ते म्हणत.''

डियान जॉशकडे एकटक बघत विचारमग्न झाली. ''तू मला जे सांगतो आहेस ते सत्य मानलं, तर असं दिसतं की, मैत्री आणि कुटुंब या बाबी तुझ्यासाठी खूप महत्त्वाच्या आहेत. तसंच लोकांशी बोलणं, त्यांच्या कथा इतरांना सांगणं, ही तुझी आंतरिक आवड आहे.''

''हेच खरं आहे.'' जॉश म्हणाला. ''मला वाटतं, माझ्याबद्दल इतकी माहिती पुरेशी आहे. जर तुमची हरकत नसेल, तर मला तुमच्याबद्दल अधिक ऐकायला आवडेल.''

क्षणभर डियानला धक्का बसला. तिने स्वत:बद्दल बोलून जमाना उलटला होता.

''ठीक आहे.'' ती म्हणाली. ''तुझ्याच गोष्टीचा धागा पकडत, मी माझ्या वयापासून सुरुवात करते. मी लवकरच साठ वर्षांची होईन. माझी कंपनीतील साहाय्यक त्यासाठी एका मोठ्या समारंभाची तयारी करत आहे, पण मी मात्र फार काही उत्साही नाहीये.''

''का नाही?''

''मला असं वाटतं की, वृद्धत्वाकडे जाताना, पुढे काय करायचं आहे याबद्दल मला निश्चित काहीच माहिती नाही आणि समारंभाला आलेले लोक हा प्रश्न हटकून विचारणार. बघूया... तर... मी, दक्षिण कॅलिफोर्निया विद्यापीठाची पदवीधर असून, महाविद्यालयातीलच मला आवडलेल्या तरुणाशी, मार्कशी मी विवाहबद्ध झाले. आमच्या लग्नाला पस्तीस वर्षं झाली आहेत. आम्हाला एक मुलगी आहे आणि नुकत्याच तिला सुंदर जुळ्या मुली झाल्या आहेत. खरं तर, यापुढे मला, फक्त माझ्या जुळ्या नातींबरोबरच जास्तीत जास्त वेळ घालवायचा आहे.''

जॉश म्हणाला, ''तुम्ही पूर्ण वेळ आजीची भूमिका पार पाडाल, असं मला बिलकुल वाटत नाही. लिंडाच्या बोलण्यातून मला असं जाणवलंय की तुम्हाला तुमचा पेशा जास्त महत्त्वाचा आहे. खरं आहे ना?''

''खरं आहे. मला विक्री क्षेत्र आवडतं. मी कनिष्ठ विक्री प्रतिनिधी म्हणून सुरुवात केल्या दिवसापासून मला हे क्षेत्र आवडतं. आणि अगदी प्रामाणिकपणे सांगते, क्वेस्ट मीडिया कंपनीची विक्री उपाध्यक्ष म्हणून काम करणं तर माझ्या अगदीच आवडीचं आहे. सृजनात्मक उद्योगात, अनेक प्रतिभावान व्यक्तींसोबत काम करण्याची संधी मला मिळाली, याबद्दल मी स्वत:ला खूप नशीबवान समजते; पण तुझं बोलणं ऐकल्यावर मला

असं वाटतंय की, माझी परिस्थिती तुझ्या विरुद्ध आहे. तुझ्या बोलण्यातून, तुझ्याकडे प्रेरणेचा अभाव आहे तसंच विक्री क्षेत्राबद्दल तुझ्या मनात आवड नाही असं जाणवतंय. त्याउलट, माझं माझ्या कामावर प्रेम आहे. माझ्याकडे प्रचंड उत्साहदेखील आहे, पण बरेचदा मला थकवा येतो. जगभर प्रवास करून माझी अगदी दमछाक होते. लोकांकडे याबाबत तक्रार केली की, ते मला निवृत्त होण्याबद्दल सुचवतात.''

''तुम्हाला खरंच निवृत्त व्हायचंय का?'' जॉशने विचारले.

''तुला खरंच लोकांशी संवाद साधायला आवडतो, हो ना? तुझ्या प्रश्नाचं उत्तर, 'मला माहिती नाही' असं आहे. निर्मितीक्षम असण्याला माझ्या लेखी खूप महत्त्व आहे. परंतु, निवृत्तीनंतर मी किती कार्यक्षम राहीन ते मला समजत नाहीये.''

तेवढ्यात जेवण आलं आणि त्यांचं संभाषण, आवडती पुस्तकं, चित्रपट आणि त्यांच्या आयुष्यातील सर्वांत मौल्यवान गोष्टींकडे म्हणजेच कुटुंब, मित्रपरिवार, पाळीव प्राणी अशा गोष्टींकडे वळलं.

जेवण संपता संपता डियान म्हणाली, ''तुझ्याशी बोलताना, माझ्या लक्षात आलं की, मी प्रामुख्याने याच क्षेत्राची निवड का केली. आयुष्याच्या या टप्प्यावर हे क्षेत्र योग्य आहे की नाही, ते मला माहिती नाही; पण तुझ्या प्रश्नाने मला विचारप्रवृत्त मात्र केलं आहे.''

जॉश स्मित करत म्हणाला, ''तुमच्यासारख्या यशस्वी व्यक्तीने, आपल्या आयुष्याबद्दल बोलताना ऐकायला मिळणं, हे माझं अहोभाग्य आहे आणि तुमच्या प्रश्नांमुळे मलादेखील विचार करण्यासाठी खूप काही मिळालं आहे.''

डियान म्हणाली, ''माझ्या दृष्टीने, ही एक छान *भाव बैठक* होती आणि मला हे संबंध पुढे न्यायला आवडतील; परंतु माझ्या वेळेचा आणि अन्य प्राधान्य लक्षात घेता, हे कितपत शक्य होईल यावर मला विचार करायला हवा. पुढच्या भेटीत आपण *स्वरूपावर* चर्चा करू या. तुझं काय मत आहे?''

''वा! खूपच छान! पुढची भेट ठरेल अशी मी आशा करतच होतो.''

दोघेजण उठले आणि बाहेरच्या दरवाजापर्यंत चालत गेले. दरवाजापाशी जाताच, जॉशने हस्तांदोलनासाठी हात पुढे केला.

''आज तुम्ही वेळात वेळ काढून आलात त्याबद्दल तुमचे खूप खूप आभार.'' तो म्हणाला.

त्याच्या हस्तांदोलनाचा स्वीकार करत डियान म्हणाली, ''तुझं स्वागत आहे. मलादेखील खूप छान वाटलं आणि मी हे फक्त बोलायचं म्हणून बोलत नाहीये.''

एका मिनिटात मर्म

थांबा, मनन करा आणि शिका.

- संभाव्य मार्गदर्शक किंवा मार्गदर्शन घेणाऱ्याच्या पहिल्या यशस्वी भेटीमध्ये, रणनीतिच्या आधी, वैयक्तिक पैलूकडे पाहिलं जातं; किंवा डियानच्या म्हणण्यानुसार, स्वरूपाआधी भाव. तुमची मूल्यं एकमेकांशी जुळतात का? तुमची व्यक्तिमत्त्वं एकमेकांना पूरक आहेत का? तुम्ही परस्परांशी मोकळेपणानं, ओघवतं बोलता का?
- तुम्ही मार्गदर्शक देणारे अथवा घेणारे – दोन्हींपैकी काहीही असला तरीही, मार्गदर्शनासंबंधी परस्परांशी नातं प्रस्थापित करताना तुमचा आतला आवाज ऐका. जर तुम्हाला काही खटकत असेल, तर जोडी बहुधा जुळणार नाही, असं समजा.
- आपल्याला एखाद्याकडून मार्गदर्शन हवे असेल, तर तुमच्या संभाव्य मार्गदर्शकाचे आभार मानायला विसरू नका. तुमच्या भेटीतून – मीटिंगमधून काय साध्य होईल, हा भाग वेगळा; परंतु त्या व्यक्तीने तुमच्यासाठी वेळ काढून तुम्हाला उपकृत केले आहे.

ध्येय - अत्यावश्यक बाब

पुढच्या दहा दिवसांत डियान परदेशी प्रवासाला गेली. दरम्यान दोघांनी, त्यांच्या खुलत चाललेल्या नवोदित मार्गदर्शनपर संबंधांबद्दल परस्परांना वाटत असलेले विचार एक-दोन ई-मेल पाठवून व्यक्त केले.

डियान प्रवासाहून परतल्यानंतर ते दोघं पुन्हा एकदा बे साईड ग्रिल रेस्टॉरंटमध्ये भेटले.

''आपण ही मार्गदर्शनपर भागीदारी प्रत्यक्षात कशी आणायची यावर मी विचार करत होते. दुसऱ्या शब्दात सांगायचं तर, आपल्याला कशा पद्धतीनं एकत्र काम करायचं आहे.'' खुर्चीवर बसता बसता डियान म्हणाली.

''तुमचं म्हणणं स्वरूपाविषयी आहे ना? कारण भाव यासंबंधी आपलं अगोदरच बोलणं झालं आहे.'' जॉशने विचारले.

''अगदी बरोबर. माझ्या आतापर्यंतच्या अनुभवावरून मला असं वाटतं की, कोणत्याही कामकाजाबद्दलच्या नातेसंबंधातील पहिली पायरी म्हणजे आपल्या ध्येयाबाबत स्पष्टता असणं. आपल्याला काय साध्य करायचंय हेच जर ठाऊक नसेल तर सरतेशेवटी, आपण उद्दिष्टापर्यंत न पोहोचण्याचीच शक्यता जास्त असते.''

''ध्येय याअर्थी तुम्हाला नेमकं काय अभिप्रेत आहे?''

—

कोणत्याही कामकाजाबद्दलच्या नातेसंबंधातील पहिली पायरी म्हणजे आपल्या ध्येयविधानाबाबत स्पष्टता असणे.

—

''ध्येयनिश्चिती आपल्याला आपल्या मार्गदर्शक संबंधांच्या हेतुच्याजवळ नेते. आपलं ध्येयविधान क्लिष्ट, गुंतागुंतीचं असावं, असं नाही; परंतु ते खूप काळजीपूर्वक लिहिलं गेलं पाहिजे, कारण त्याच महत्त्वाच्या मुद्द्यांवर आपली दोघांची सहमती असणार आहे.

''मी असं ऐकलंय की, ध्येयविधान आपल्या कार्याचं सूचक असतं. तर मग डियान, आपण नेमकं काय करायचं आहे?''

''मला वाटतं, हरवलेली आवड परत मिळवणं हेच आपलं ध्येय.'' डियान दृढतापूर्वक म्हणाली. ''कसं वाटतं तुला हे?'' या जगात तू जे काम करत आहेस, त्यातील उत्तेजना, उत्साह परत मिळवणे हेच आपल्या मार्गदर्शनपर नातेसंबंधाचं ध्येय आहे.''

''ऐकायला तर चांगलं वाटतं.'' जॉश म्हणाला. ''पण यात काहीतरी उणीव आहे, असं वाटतंय. करिअरसंबंधीची द्विधावस्था दूर करणं, ही माझी सर्वांत मोठी समस्या आहे. आपण असं म्हटलं तर - 'आयुष्यात, मी कोणतं काम करावं याबद्दल उडालेला गोंधळ दूर करणं आणि त्यातील आवड परत मिळवण्यास मदत करणं, हेच आपलं ध्येय आहे.'

''हेदेखील छान आहे. तुला शब्दांशी खेळायला चांगलं जमतं.''

''धन्यवाद! पण या ध्येयविधानात एक समस्या अशी आहे की, ते फक्त माझ्याशीच निगडित आहे. आपल्या नात्यातील, तुमचा उल्लेख येत नाहीये, त्याचं काय?''

''माझे मार्गदर्शक वॉरेन यांनी मला सांगितलं आहे की, जर मी एखाद्याला मार्गदर्शन केलं, तर त्यातूनच मला ऊर्जा आणि पुढील वाटचालीसाठी आवश्यक असणारं लक्ष्य प्राप्त होईल.''

''म्हणजे तुम्हाला असं म्हणायचं आहे की, मला मदत केल्यामुळे तुम्हालाही मदत होणार आहे?'' डियानसारख्या यशस्वी व्यक्तीला

आपल्याकडेदेखील देण्यासारखं काही आहे, या विचाराने जॉशला हसू आलं.

''असं वॉरेनचं म्हणणं आहे आणि मी आता त्याचा सल्ला ऐकायला शिकले आहे. रोजनिशी लिहिण्यात किती ताकद असते हेदेखील त्याने शिकवलं आहे.''

तिने तिची ब्रिफकेस उघडली आणि त्यातून एक स्पायरल बाइडिंग केलेली वही काढली. ''ही माझी मार्गदर्शन पुस्तिका असणार आहे. मी तशी जुन्या जमान्यातली असल्यामुळे, माझ्यासाठी अजूनही कागदच उपयोगी असतात. तू तुझ्या फोनवर किंवा अन्य साधनांवर नोंदी ठेवू शकतोस. आपला मार्गदर्शनाचा प्रवास कसा चाललाय याचा मागोवा आपल्याला या पुस्तिकेवरून घेता येईल.''

जॉशने त्याचा फोन काढला आणि तो नेहमी वापरत असलेली काही ॲप्स चालू केली.

''सध्या तरी, मी यामध्येच नोंद ठेवतो. कुठून सुरुवात करू?'' त्याने विचारले.

''पहिली पायरी म्हणजे, आपण सहमतीने ठरवलेलं ध्येयविधान नोंदवून ठेवणं.''

''मी ते जरा मोठ्यानंच म्हणतो, म्हणजे बरोबर येईल.'' जॉश त्याच्या फोनवर बोलू लागला. ''मी कोणतं काम करावं याबद्दल उडालेला गोंधळ दूर करून कामातील आवड परत मिळवण्यास मदत करणं हे आमच्या मार्गदर्शनपर नात्याचं ध्येय आहे.''

जॉश बोलत असताना डियान तिच्या वहीत ते उतरवत होती. ''बरोबर.'' ती म्हणाली.

''आता पुढे?'' जॉशने विचारले.

''आता पुढे काय घडतंय त्यावर ते अवलंबून आहे. आपल्या पुस्तिकेत आपण आपल्या समस्या, गरजा, प्रगतीचे क्षण आणि तुला साहाय्यक ठरतील अशा कल्पना, यांची नोंद ठेवणार आहोत. या सर्व प्रक्रियेमध्ये मलादेखील थोडी अंतर्दृष्टी आणि स्पष्टता प्राप्त होईल अशी वॉरेनला खात्री आहे.'' डियान म्हणाली.

''मला पण तीच आशा आहे. हा दुहेरी मार्ग मला आवडला.'' जॉश म्हणाला.

''आता जेवणाच्या उर्वरित वेळेत, आपण, तुझ्या प्रगतीच्या आड येणाऱ्या अडथळ्यांबाबत बोलू या का? उदाहरणार्थ, तू उल्लेख केला होता, की नव्यानं भरती झालेला तरुण, जो तुझ्या क्युबिकलमध्येच बसतो, त्याची कामगिरी तुझ्यापेक्षा सरस ठरत आहे.''

''मला ते मान्य करताना जड जातंय; पण हो, मला या गोष्टीचा त्रास होतो.'' जॉश म्हणाला.

''मी समजू शकते. पण थोड्या काळापुरतं, तू त्याच्याकडून काहीतरी शिकण्याचा प्रयत्न करावास असा, तुझ्या बॉसप्रमाणेच, माझादेखील सल्ला आहे.'' डियान म्हणाली.

''परंतु मला विक्री क्षेत्रातच पुढे जायचं आहे याची मी आताच खात्री नाही देऊ शकत.''

''मला समजतंय ते, परंतु भविष्यासाठी नीट दिशा मिळेपर्यंत किंवा चांगल्या संधी दिसेपर्यंत तू तुझ्या वर्तमान कामाचा विचार मनातून काढून टाकू नयेस, असं मला वाटतं. नोकरी नसेल तर रोजचे खर्च भागवणं, पुढील दिशा ठरवणं कठीण होऊन बसेल.''

''म्हणजे मी माझा अहंकार बाजूला सारून एरिककडून काहीतरी शिकलंच पाहिजे. मला वाटतं यामुळेच मला व्यापक विचार करण्यासाठी थोडा अवधी मिळेल.''

''अगदी बरोब्बर.'' डियान म्हणाली.

''माझा सर्व अभिमान बाजूला सारून आपल्यापेक्षा तरुण माणसाकडून काही शिकणं हीच माझी खरी कसोटी आहे.''

''आणि हे तू कसं करतोस, हे ऐकायला मी खूप उत्सुक आहे. आपण पुढचा एक महिना प्रत्यक्ष भेटू शकणार नाही कारण मी परत दौऱ्यावर जात आहे.''

जेवणाचं बिल येईपर्यंत जॉश आणि डियानने दोन आठवड्यानंतरच्या फोन मीटिंग ठरवल्या.

आपल्या कॅलेंडरमध्ये फोन मीटिंगची नोंद करत असताना डियानच्या लक्षात आलं की, जॉश आणि तिचा पुढील फोन कॉल होईपर्यंत ती साठ वर्षांची होणार होती.

वर्षं किती भराभर जातात? तिलाच आश्चर्य वाटलं.

एका मिनिटात मर्म

थांबा, मनन करा आणि शिका.

- सशक्त ध्येयविधान हीच यशस्वी मार्गदर्शनाची नांदी आहे. तुमच्या भागीदारीतून, तुम्हाला काय साध्य करण्याची अपेक्षा आहे? तुमचं ध्येय अत्यंत सोप्या वाक्यात मांडा, जेणेकरून तुम्हाला त्याचा सहज बोध होईल.
- ध्येयविधानाचा संबंध मार्गदर्शन घेणाऱ्याशी केंद्रित असल्याने, या नात्यात मार्गदर्शक आणि मार्गदर्शन घेणारा या दोघांच्याही विचारांची आदान-प्रदान होते. ही आदान-प्रदान ध्येयविधानात प्रतिबिंबित झाली पाहिजे.
- तुमच्या मार्गदर्शनपर प्रवासाची एक नोंदवही ठेवा, जेणेकरून तुमच्या उद्दिष्टांचा आणि त्या दिशेने चाललेल्या प्रवासाचा तुम्हाला मागोवा घेता येईल.

कृती करा

ध्येय

ध्येय निश्चित करा –
आपल्या मार्गदर्शक भागीदारीचा उद्देश.

वचनबद्धता –
नाते प्रस्थापित करणे

मार्क बर्टमन व्यासपीठाजवळ उभे राहिले आणि त्यांनी बॉलरुममध्ये उपस्थित असलेला मित्रपरिवार, प्रियजन आणि त्यांच्या पत्नीच्या – डियानच्या प्रशंसकांवरून एक नजर फिरवली. सगळी टेबल्स फुग्यांनी आणि फुलांनी सजवण्यात आली होती. मागच्या भिंतीवर एक फलक लावला होता, ज्यावर लिहिलं होतं, '६०व्या वाढदिवसाच्या शुभेच्छा, डियान! ही तर फक्त सुरुवात आहे.'

मार्कने त्यांच्या हातातील शँपेनचा ग्लास उंचावला आणि आपल्या हातातील फोर्क त्यावर तीनदा आपटला. सभागृहात *डिंग, डिंग, डिंग* असा आवाज घुमला.

''कृपया सगळे इकडे लक्ष देता का?'' ते त्यांच्या प्रसन्न, धीरगंभीर आवाजात म्हणाले. ''माझ्या असामान्य पत्नीचा, आपल्या सर्वांच्या जीवनातल्या एका विशेष व्यक्तीचा, आपण ग्लास उंचावून सन्मान करू या. डियान, येणारं वर्ष तुझ्या हातून घडणाऱ्या महान कार्यांची नांदी ठरू दे.''

सभागृहात टाळ्यांचा कडकडाट झाला आणि उपस्थितांनी एकच जल्लोष केला. त्यानंतर वॉरेन रिग्ज यांनी डियानच्या सन्मानार्थ ग्लास उंचावला. त्यानंतर डियानच्या आयुष्यातील अनेक महत्त्वाच्या व्यक्तींनी त्यांचं अनुकरण केलं.

हा सन्मान समारंभ पार पडल्यानंतर, वॉरेन डियानजवळ आले आणि त्यांनी डियानला काही खाजगीत बोलण्यासाठी बाजूला नेलं.

''असामान्य अशा डियानला वाढदिवसाच्या खूप खूप शुभेच्छा!'' असं म्हणत वॉरेनने डियानला आलिंगन दिलं.

डियाननेही त्यांना आलिंगन दिलं. ''वॉरेन, मला कळतंच नाहीये तुमचे आभार कसे मानू. माझ्या आयुष्यातलं तुमचं स्थान खूप, खूप महत्त्वाचं आहे.''

''जेव्हा मी आत आलो, तेव्हा तुझ्या निवृत्तीचा फलक दिसला नाही, त्यामुळे मला खरंच आनंद झाला.''

''हे तर काहीच नाही. तुम्हाला हे ऐकून अभिमान वाटेल की, मी तुमचा सल्ला मानला आहे आणि आता एक मार्गदर्शक होण्याच्या मार्गावर आहे.''

''अभिनंदन! याबद्दल मला सांगच.''

''सॉफ्टवेअर कंपनीत काम करणाऱ्या, एका अठ्ठावीस वर्षीय तरुणाला मी मार्गदर्शन करत आहे. त्याचं नाव जॉश आहे आणि तो विक्री क्षेत्रात काम करतो; परंतु, त्याला या कामात ना यश मिळत आहे, ना समाधान.''

''मग, मार्गदर्शन कसं सुरू आहे?''

''तुम्हीच अनेक वर्षांपूर्वी शिकवलेल्या भाव आणि स्वरूप या मॉडेलपासून मी याची सुरुवात केली. त्यातील भाव हा भाग तसा सोपा होता. मला खरंच जॉश आवडला. खूप चांगला मुलगा आहे तो.''

''हे तू कशावरून म्हणतेस?''

''याच एका गोष्टीवरून की, तो संकटात सापडलेल्या किशोरवयीन मुलांसाठी बिग ब्रदर म्हणून काम करतो. यावरूनच तो इतरांची किती काळजी घेतो, हे माझ्या लक्षात आलं. शिवाय तो खूपच विनयशील, प्रांजळ आहे. त्याच्याशी अगदी सहजपणे बोलता येतं. मला वाटतं, माझ्याबरोबरदेखील त्याला असंच मोकळं वाटत असणार.''

''आणि स्वरूपाबद्दल काय?'' वॉरेनने विचारलं.

''आम्ही त्याची सुरुवात सुस्पष्ट ध्येयविधानाने केली आहे.''

''खूपच छान!'' वॉरेन म्हणाले. ''काय आहे तुमचं ध्येय?''

थोडंसं आठवत, डियानने सहजपणे ध्येयविधान म्हणून दाखवलं : ''जॉशचा कामाबाबत उडालेला गोंधळ दूर करून त्याला कामातील आवड परत मिळवण्यास मदत करणं, हे आमचं ध्येय आहे.''

''अप्रतिम. आता पुढे काय?''

''तेच तर मी तुम्हाला विचारणार होते. आता इथून पुढे कसं जायचं याबद्दल काहीच स्पष्टता नाहीये. मी आजवर अनेक माणसं आणि प्रकल्प हाताळले आहेत, पण मार्गदर्शक होणं हे त्यापेक्षा काहीतरी वेगळं आहे.''

—

तुम्हाला परस्परांशी कसा, किती वेळा आणि कोणत्या मार्गाने संवाद साधायचा आहे, ते ठरवा.

—

''असं दिसतंय की, तुला तुझं ध्येय स्पष्ट झालं आहे; परंतु कोणतेही नातेसंबंध यशस्वी होण्यासाठी तुम्ही परस्परांशी कसा, किती वेळा आणि कोणत्या मार्गाने संवाद साधायचा आहे, ते ठरवावं लागेल.''

डियानच्या कपाळावर किंचित आठी आली. ''माझ्या प्रवासाच्या व्यग्र वेळापत्रकामुळे आम्ही भेटण्याचं ठरावीक वेळापत्रक आखलं नाहीये. मला वाटतं तीच एक चूक झाली असावी. सध्या तरी जसं जमेल तसं, असंच चालू आहे.''

''तुला ते वेळापत्रक नीट आखून घ्यावं लागेल. प्रत्येक आठवड्याला एक भेट ठरवूनच घ्या, अगदी ती फोनवर किंवा ऑनलाईन असली तरी चालेल. एखादे वेळेस नाही जमलं तरी हरकत नाही, पण या नात्याच्या सुरुवातीला तरी, नातं नीट प्रस्थापित होईपर्यंत तरी प्रत्येक आठवड्याला भेटत जा, असं माझं मत आहे.''

अजून एका साप्ताहिक बांधिलकीचं ऐकून डियानच्या अंगावर काटा आला.

वॉरेनना तिच्या चेहऱ्यावरची नाराजी दिसून आली. ''काळजी करू नकोस डियान. हे फक्त पहिल्या महिन्यासाठी, किंबहुना तुमची एकमेकांना

ओळख होईपर्यंतच असणार आहे. त्यानंतर सतत संपर्कात राहण्याची आवश्यकता नाही.''

''मला वाटतं, जमू शकेल. तुम्ही म्हणाला होतात, मार्गदर्शन करणं हे दोघांच्या फायद्याचं असणार आहे. त्यातून मलादेखील काहीतरी गवसणार आहे; पण प्रामाणिकपणे सांगायचं तर, सध्या तरी हे एकतर्फीच आहे, असं वाटतंय. तो खूपच तरुण आणि अननुभवी आहे.''

''तसं असू शकतं. परंतु तुला ऐकून आश्चर्य वाटेल की, तरुणच आपल्याला विचाराच्या आणि संवादांच्या नव्या वाटा दाखवतात आणि अशा तऱ्हेने ते आपला फायदाच करून देतात. उदाहरणार्थ, पुढाकार कसा घ्यावा हे मी तुझ्याकडूनच तर शिकलो आहे, डियान.''

''खरंच?''

''खरंच. इतकी वर्षं कामात धोका पत्करून काम करायची तुझी वृत्ती बघून मलादेखील नव्या संधी शोधायची प्रेरणा मिळाली. परंतु मी तुझ्या कल्पना स्वीकारण्याचं मुख्य कारण म्हणजे, आजवर आपण निर्माण केलेला एकमेकांवरचा विश्वास आणि एकमेकांप्रति असलेली वचनबद्धता. मला आशा आहे की, जॉश आणि तुझ्यामध्येदेखील अशाच प्रकारचा बंध आणि विश्वास निर्माण होईल.''

''मलादेखील तीच अपेक्षा आहे. आमच्या वाटचालीविषयी मी वेळोवेळी तुम्हाला कळवत जाईन.''

''ही चांगली कल्पना आहे. कारण प्रत्येक वेळेला तुला थांबून आपल्या ध्येयाच्या वाटचालीचं सिंहावलोकन करावंसं वाटेल. या सगळ्या प्रक्रियेचा एक भाग होऊन, माझ्याकडून शक्य होईल तितकी मदत करायला मला नक्की आवडेल.''

अचानक, त्या दोघांनाही थोडासा गोंधळ झालेला जाणवला. एक तरुण मुलगी, दोन आसनांची बाबा गाडी ढकलत, गर्दीतून वाट काढत डियानच्या दिशेने येत होती.

''माझ्या आईला तिच्या वाढदिवसाच्या दिवशी मी कोणाच्याही ताब्यात देणार नाही!'' ती तरुणी वॉरेनला म्हणाली. ''आजच्या दिवशी तिच्यासोबत असण्यासाठी, मी आणि माझ्या मुली, आम्ही दोन हजार मैलांचा प्रवास करून आलो आहोत.''

डियानचे डोळे विस्फारले गेले आणि चेहरा उजळला. तिच्या मुलीला, साराला घट्ट मिठी मारल्यानंतर तिने बाबागाडीसमोर गुडघे टेकले आणि आपल्या जुळ्या नातींकडे बघू लागली, त्यांच्याशी बोबडे बोलू लागली.

डियानने वर बघितलं, तेव्हा तिच्या डोळ्यांत अश्रू तरळत होते. ''माझ्या आजपर्यंतच्या वाढदिवसाची मिळालेली ही सर्वांत किमती भेटवस्तू आहे.''

*

डियानची पुढची भेट घेण्याआधीचे दोन आठवडे जॉशसाठी खूपच कठीण होते. त्याच्या सहकाऱ्याकडून, एरिककडून काही शिकताना त्याचा अहंकार दुखावला जात होता.

अखेर त्यांच्या फोनवरच्या भेटीचा दिवस उजाडला. जेवणाच्या वेळेत, जॉश जॉयसॉफ्टच्या लॉबीतून बाहेर आला आणि त्याने डियानला फोन लावला.

''हॅलो?''

तिचा आवाज ऐकताच आपल्याला हायसं वाटलं, याचं जॉशला आश्चर्य वाटलं. ''हाय डियान, जॉश बोलतोय.''

''कसं चाललंय?'' तिने विचारले.

''तुम्हाला एरिक आठवतो का? माझा ऑफिसमधील सहकारी? तुम्ही आणि माझ्या बॉसने - इव्हाने त्याच्याकडून काही शिकावं म्हणून मला प्रोत्साहित केलं होतं? तो खरंच खूप चांगला आहे. त्याने अर्धा डझन तरी मोठमोठे ग्राहक मिळवले आहेत आणि आता त्याला ते स्वत:चं वेगळं ऑफिस देणार आहेत. सुरुवातीला मला खूप वाईट वाटलं कारण मी त्याच्यापेक्षा ज्येष्ठ आहे. खरं तर त्याच्याआधी मला नवीन ऑफिस मिळायला हवं होतं. पण मग विचार केल्यावर असं लक्षात आलं की, जर विक्री क्षेत्र माझ्यासाठी योग्य आहे की नाही याचीच जिथे मला खात्री नाही, तिथे नवीन ऑफिससाठी आटापिटा करण्यात काय अर्थ आहे?''

—

तुम्हाला नेमकं काय करायचं आहे याची एकदा स्पष्टता आली की, सर्व दरवाजे तुमच्यासाठी खुले होतात.

—

''चांगला विचार आहेत जॉश. वास्तविक पाहता, जर एखादी व्यक्ती तिच्या करिअरमध्ये यशस्वी होत असेल तर ती चांगली गोष्ट आहे, नाही का? आता हे तर उघड आहे की, विक्री करणं एरिकच्या डाव्या हाताचा मळ आहे. तुला नेमकं काय करायचं आहे याची तुला एकदा स्पष्टता आली की, तुझ्यासाठीदेखील सर्व दरवाजे खुले होतील.''

''माझीदेखील तीच अपेक्षा आहे. स्पष्टच सांगायचं तर हा दोन आठवड्यांचा काळ माझ्यासाठी खूप कठीण होता.''

''एरिकच्या उत्कर्षामुळे तुझ्या पोटात दुखतं आहे. किती दिवस झाले पोटदुखीला?''

''आपलं या आधीचं जे बोलणं झालं, त्याच्या दुसऱ्याच दिवशी मला एरिकच्या नव्या ऑफिसबद्दल समजलं.''

''मग तू मला लगेचच ई-मेल का नाही पाठवलास?''

''कारण आपला फोनवर बोलायचा दिवस आधीच ठरला होता, आणि मला उगाचच तुमचा वेळ घ्यायचा नव्हता.''

''एवढ्या समंजसपणाबद्दल तुझं कौतुकच आहे, जॉश; पण मध्येच जर काही महत्त्वाचं उद्भवलं, तर तू माझ्याशी संपर्क साधू शकतोस. त्यासाठी पुढच्या भेटीपर्यंत वाट बघितलीच पाहिजे, असं नाही. ठरलं तर मग?''

''ठरलं.'' जॉश म्हणाला.

''खरं तर, मी याबाबत माझे मार्गदर्शक वॉरेन यांच्याशी बोलत होते. त्यांनी सुचवलं आहे की, पहिल्या महिन्यात आपण आठवड्यातून एकदा तरी एकमेकांशी संपर्क केला पाहिजे.''

''म्हणजे अशा काही गोष्टी घडल्या तर मी तुम्हाला टेक्स्ट मेसेज किंवा ई-मेल केला तर चालेल ना?''

''खरं तर चर्चा करण्यासाठी, मी फोनवर बोलण्याला जास्त पसंती देते. कदाचित हे पिढीतील अंतर असू शकेल; परंतु अजिबात संवाद न होण्यापेक्षा कोणत्याही मार्गाने संपर्कात राहणं कधीही चांगलं! विशेषकरून एखाद्या गोष्टीचा आपल्याला त्रास होत असेल तेव्हा.''

''अर्थात तुम्हाला असं म्हणायचं आहे की, आपलं ध्येय साध्य करण्यासाठी आपल्याला संवादाचे सगळे मार्ग खुले ठेवायला हवेत.''

''बरोबर,'' डियान म्हणाली. ''ई-मेल पाठवलास तर, थोडक्या शब्दांत आठवड्यातील घडामोडींचा गोषवारा पाठव. ज्यात तुझ्याबाबत काय चाललंय, त्यासंबंधी तुझे विचार काय आहेत आणि त्यासाठी मी काय मदत करू शकते, हे लिही. तुझे विचार फक्त तुझ्या ॲपमध्ये लिहून ठेवू नकोस, ते *माझ्यापर्यंत* पोहोचव. हे ठीक वाटतंय का?''

जॉश म्हणाला, ''हे तर खूपच छान आहे. तुमच्या मदतीबद्दल बोलायचं तर, विक्री क्षेत्रात एरिकपेक्षा तुम्ही जास्त अनुभवसंपन्न आहात. सद्यःस्थितीत चांगला विक्रेता होण्यासाठी तुम्ही जर मला विक्रीची काही तंत्रं आणि मंत्र सांगितले, तर त्याचा मला चांगला उपयोग होऊ शकतो. माझ्या म्हणण्याचा अर्थ असा की, काही झालं तरी, तुम्ही विक्री उपाध्यक्ष आहात तेव्हा...''

डियानने आपल्या शब्दांची काळजीपूर्वक निवड केली आणि ती म्हणाली, ''मला वाटतं हीच ती वेळ आहे मार्गदर्शक आणि प्रशिक्षक यांच्यातील फरक जाणून घेण्याची. मी तुझी मार्गदर्शक आहे जॉश, विक्री प्रशिक्षक नव्हे. या दोन शब्दांची नेहमी गल्लत केली जाते. परंतु आपण आपल्यापुरतं हे स्पष्ट करू की, प्रशिक्षक तुमच्या कामगिरीवर लक्ष केंद्रित करण्यास आणि तुमचं कौशल्य विकसित करण्यास मदत करतो. उदाहरणार्थ, सद्यःस्थितीत एरिक तुझा प्रशिक्षक आहे. मार्गदर्शक तुमच्या दूरगामी बाबींवर लक्ष केंद्रित करण्यात साहाय्य करतो. कामाचं आणि आयुष्याचं संतुलन राखण्यात तसंच उद्योग-व्यवसायाबाबत व्यापक, विशाल दृष्टी देण्यात साहाय्यभूत ठरतो.

जॉश म्हणाला, ''मला वाटतं, तुमच्या बोलण्यात तथ्य आहे. तर मग आता मी नेमकं कशावर लक्ष केंद्रित करू?''

''सध्या तरी, दिवसा तुझ्या नोकरीचाच विचार कर, पण रात्री किंवा शनिवार-रविवार त्याबद्दल अजिबात विचार करू नकोस. त्याऐवजी, त्या वेळेत तू आत्मनिरीक्षण कर. तू म्हणाला होतास की, तुला लोकांशी बोलायला आवडतं, त्यांच्या कथा इतरांना सांगायला आवडतात. कामाच्या वेळेच्या व्यतिरिक्त तू ही आवड का जोपासत नाहीस? शक्य तितक्या लवकर या कामाला सुरुवात कर.''

''मार्गदर्शक मॅडम, जर तुमचा आग्रहच असेल तर करतो.''

''नक्कीच मी आग्रही आहे; पण जर कधी माझ्या तोंडून विक्रीबाबत एखादी चांगली टीप दिली गेली, तर त्याचं आश्चर्य वाटून घेऊ नकोस.''

एका मिनिटात मर्म

थांबा, मनन करा आणि शिका.

- एकमेकांकडून अपेक्षित असलेल्या वचनबद्धतेबाबत लवकरात लवकर नियम तयार करा. किती काळाने तुम्ही भेटणार आहात? दोन भेटींदरम्यान तुम्ही फोन करणार, मेसेज पाठवणार की ई-मेल करणार? किती वेळा?
- या नात्यात, मार्गदर्शक आणि मार्गदर्शन घेणारा दोघेही एकमेकांना समजून घेण्याचा प्रयत्न करत असतात, त्यांच्या नात्याचा पाया रचत असतात. त्यामुळे त्यांनी वारंवार संपर्कात राहायला हवे.
- मार्गदर्शन आणि प्रशिक्षण यांत फरक आहे. प्रशिक्षण हे अल्पकालीन, विशिष्ट कार्याशी संबंधित असते; तर मार्गदर्शन विशाल दृष्टी देणाऱ्या, दीर्घकालीन उद्दिष्टांवर लक्ष केंद्रित करते.

कृती करा

वचनबद्धता

तुमच्या व्यक्तिमत्त्वाला आणि
कार्ययोजनेला पूरक असलेल्या मार्गांशी
सहमत व्हा.

आत्मनिरीक्षणासाठी वेळ द्या

त्याच्या पुढच्याच सोमवारी, जॉश महामार्गावरून येत होता आणि नेहमीप्रमाणेच त्याने डोकं उठवणारा टॉक रेडियो लावला होता. अचानक त्याला डियानने दिलेला सल्ला आठवला – 'कामाच्या वेळेव्यतिरिक्तचा वेळ, आत्मनिरीक्षणासाठी सत्कारणी लाव.' त्याने रेडिओचा आवाज बंद केला आणि तो शक्य तितकं मन शांत करण्याचा प्रयत्न करू लागला.

काही मैल अंतर गेल्यानंतर त्याचं लक्ष एका मोठ्या जाहिरातफलकाकडे गेलं. ती एका ऑनलाईन विद्यापीठाची जाहिरात होती. जवळ गेल्यावर त्याला दिसलं की, त्या विद्यापीठात पब्लिक रिलेशन्स अँड कम्युनिकेशन्स यातील पदव्युत्तर अभ्यासक्रम शिकवला जातो. शालेय दिवसात जॉशने शाळेच्या वर्तमनापत्रासाठी मुलाखती घेतल्या होत्या, लेख लिहिले होते. ती जाहिरात बघून, जॉशला त्या आनंदी दिवसांची आठवण झाली.

तो जोरात ओरडला, ''थोडं थांबू या! बहुधा हाच तो पुढचा मार्ग!''

त्याच्या भावाने सुचवलं होतं त्यानुसार, एम.बी.ए.पेक्षा कम्युनिकेशन्स क्षेत्रात पदवी घेण्याच्या इच्छेने तो प्रेरित झाला. अभ्यासक्रम ऑनलाईन असल्यामुळे, त्याला त्याची सध्याची नोकरी सुरू ठेवून अभ्यास करणं शक्य होणार होतं.

घरी पोहचताक्षणीच, त्यानं एक ई-मेल पाठवला.

प्रिय डियान,
आज घरी येताना काय झालं हे मला तुम्हाला लवकरात लवकर सांगायचं आहे. मला वाटतं काहीतरी महत्त्वाचं माझ्या हाती लागलं आहे. तुम्ही आत्मनिरीक्षणाबद्दल बोलला होतात! लवकरात लवकर तुम्ही प्रत्यक्ष अथवा फोनवर भेटू शकता का?
सर्वोत्तम घडण्याच्या आशेसह,
जॉश.

*

डियानचं विमान हिथ्रो विमानतळावर उतरलं आणि धिम्या गतीने गेटपर्यंत येऊ लागलं. तिने आलेले मेल पाहण्यासाठी फोन सुरू केला. जॉशचा नवीन ई-मेल बघून तिला आनंद झाला. तिचा सल्ला घेण्यासाठी आजकाल तो नियमितपणे संपर्कात राहत होता. त्याचा ई-मेल वाचून झाल्यावर तिने लगेचच उत्तर लिहिलं.

प्रिय जॉश,
मी संचालक मंडळाच्या तातडीच्या बैठकीसाठी आत्ताच लंडनला पोहोचले आहे. त्याचा संपूर्ण तपशील आत्ता माझ्याकडे नाही, परंतु शुक्रवारपर्यंत तरी मला इथे राहावं लागेल, असं दिसतंय. हा आठवडा चांगलाच धावपळीचा असणार आहे. जर तसंच काही तातडीचं असेल तर मी तुझ्याशी बोलण्यासाठी वेळ काढू शकते; पण तू पुढच्या आठवड्यापर्यंत थांबू शकणार असशील, तर मला सोमवारी, बे साईड ग्रिल रेस्टॉरंटमध्ये तुझ्याबरोबर जेवण घ्यायला आवडेल.
डियान

जॉशने तिला उत्तर पाठवलं :

काहीच हरकत नाही. असं वाटतंय आपल्या दोघांकडेही सांगण्यासारखं काहीतरी आहे! तर मग, सोमवारी भेटू.

*

डियान, क्वेस्ट मीडियाच्या सहा संचालक सदस्यांसमवेत, एका लंबवर्तुळाकार टेबलाशी बसली होती. त्यात तिच्या कंपनीचे अध्यक्षही होते. डियान व्यतिरिक्त, कंपनीतील अन्य वरिष्ठ अधिकारीही तिथे उपस्थित होते, ज्यात कंपनीच्या वित्तीय, परिचालन आणि विपणन विभागाच्या उपाध्यक्षांचा समावेश होता.

आपल्या पस्तीस वर्षांच्या कारकिर्दीत ती पहिल्यांदाच अशा तातडीच्या बैठकीला उपस्थित राहत होती. ती थोडी अस्वस्थ, पण तितकीच उत्सुकही होती.

संचालक मंडळाचे अध्यक्ष, इसाक रोझेन्थाल यांनी बैठकीची सुरुवात केली. "अशा वेगळ्या ठिकाणी तुम्हा सगळ्यांना बोलावण्याचं कारण म्हणजे, क्वेस्ट मीडियाच्या कामगिरीबाबत आम्हाला वाटत असलेली काळजी. याबाबत आम्हाला कंपनीच्या अधिकाधिक वरिष्ठांशी बोलायचं होतं, त्यांची मतं जाणून घ्यायची होती."

कंपनीचं उत्पन्न वाढलं होतं, परंतु नफ्याच्या टक्केवारीच्या तुलनेत खर्चही तितक्याच झपाट्याने वाढत चालले होते. पुढचा एक तास ते सगळे याच मुद्द्यांवर बोलत होते. अशा परिस्थितीत टिकून राहणं अवघड होतं. त्यामुळे संचालक मंडळाला कंपनीच्या व्यवस्थापन मंडळाचे यासंदर्भातील विचार जाणून घ्यायचे होते.

आणखी एका तासाच्या चर्चेनंतर, अध्यक्ष रोझेन्थाल म्हणाले, "आपल्याला काही चांगल्या कल्पना मिळाल्या आहेत. मला वाटतं, पुढच्या तिमाहीसाठी आपण सगळ्यांनी एक पायरी मागे जायला हवं, परिस्थितीवर लक्ष ठेवायला हवं आणि पुढील बदलाची योजना बनवायला हवी."

डियानकडे पाहत रोझेन्थाल म्हणाले, "उत्पादनातून विक्री वजा केली तर हाती शून्य लागतं, यावर माझा पक्का विश्वास आहे. विक्री उपाध्यक्ष या नात्याने हे इतरांपेक्षा तुला जास्त ठाऊक आहे, डियान. तुझ्या कामातील नैतिकता आणि सृजनशीलता यांचं मला नेहमीच कौतुक वाटत आलं आहे.

कंपनीत तू प्रदीर्घ काळ काम केलं आहेस आणि आणखी कुणाहीपेक्षा तुला व्यवसायाची अधिक चांगली जाण आहे. त्यामुळे, बदल नियोजन गटाची अध्यक्षा म्हणून मी तुझ्या नावाची शिफारस करतो.''

वरवर पाहता डियानने संमतीदर्शक मान हलवली, पण मनातल्या मनात तिने विचार केला :

दरवेळेस मीच का असते?

*

त्या दिवशी संध्याकाळी हॉटेलमध्ये पोहोचल्यावर डियानने ब्रिफकेसमधून तिची मार्गदर्शनाची नोंदवही काढली. मनात चाललेल्या संमिश्र भावनांची तिला नोंद करायची होती. एकीकडे इसाकने तिला देऊ केलेल्या नेतृत्वाबद्दल तिला आनंद होत होता; तर दुसरीकडे, ते काम खूप वेळकाढू असणार होतं, तसंच त्यात दीर्घकालीन बांधिलकी होती.

तिच्याकडून वहीचं ते पान उघडलं गेलं ज्यावर तिने मार्गदर्शनपर ध्येयवाक्य लिहिलं होतं ''जॉशला त्याच्या कामात स्पष्टता आणि आवड (हुरूप) परत मिळवण्यात मदत करणे'. ती बळेच हसली. हे आता स्पष्ट झालं होतं की, तिचं ध्येयदेखील तेच होतं.

तिने स्वत:च स्वत:चा सल्ला घेण्याचं आणि उर्वरित संध्याकाळ आत्मनिरीक्षणात व्यतीत करण्याचं ठरवलं.

एका मिनिटात मर्म

थांबा, मनन करा आणि शिका.

- मार्गदर्शन करणारा आणि मार्गदर्शन घेणारा, दोघांनीही आत्मनिरीक्षणासाठी वेळ देणं गरजेचं आहे.
- आपल्याच विवंचनेतून बाहेर पडून, आयुष्यासंबंधीच्या व्यापक दृष्टिकोनाचा स्वीकार तुम्ही शेवटचा कधी केला होता, हे तुमच्या स्मरणात आहे का?
- तुम्ही कुठे आहात आणि तुम्हाला कुठे जायचं आहे, यावर नियमितपणे विचार करत राहा.
- आत्मनिरीक्षणादरम्यान मनात उठणाऱ्या विचारांची, समस्यांची नोंद करा. तेच तुमचा संभ्रम दूर करण्यास उपयोगी पडू शकतील.

सत्यकथन

पुढच्या सोमवारी डियान आणि जॉश बे साईड ग्रिल रेस्टॉरंटमध्ये दुपारच्या जेवणासाठी भेटले.

''लंडनला एका वरिष्ठ पातळीच्या बैठकीला उपस्थित राहून तुम्ही नुकत्याच परतल्या आहात आणि तरीही आज मला भेटायला आलात, याबद्दल तुम्हाला दाद द्यायला हवी.'' जॉश म्हणाला.

''खरं तर मलाच या भेटीची उत्सुकता होती. संपूर्ण आठवडाभर मी फक्त व्यवसायविषयक बैठकांना उपस्थित राहण्याचंच काम करत होते. कधी कधी बदलदेखील हवासा वाटतो. तू मला काहीतरी सनसनाटी बातमी सांगणार होतास, काय आहे ती बातमी?''

''मी जर पब्लिक रिलेशन्स आणि कम्युनिकेशन्समध्ये मास्टर्स डिग्री घ्यायचं ठरवलं तर तुमचं काय मत असेल?''

''ही कल्पना आली कुठून?'' डियान म्हणाली.

''तुमचा कदाचित विश्वास बसणार नाही. घरी येताना महामार्गावरती या अभ्यासक्रमाचा जाहिरात फलक लावलेला मी पाहिला. तुमच्या सल्ल्याप्रमाणे आत्मनिरीक्षण करण्यासाठी मी नुकताच रेडिओ बंद केला होता आणि तेवढ्यातच मला ती जाहिरात दिसली.''

''मला आठवतंय, तू म्हणाला होतास की, महाविद्यालयात वर्तमानपत्रासाठी जे काम केलंस, ते करताना तुला खूप मजा आली होती.''

''खरंच मला खूप मजा आली होती.'' जॉश म्हणाला. ''माझ्यासाठी आनंदाची बाब म्हणजे, हा अभ्यासक्रम ऑनलाईन आहे. त्यामुळे नोकरी सुरू ठेवून मी अभ्यास करू शकतो. शिवाय त्यासाठी लागणारे शुल्कही माफक आहे आणि हा अभ्यासक्रम मला कुठे नेऊन ठेवेल, कुणास ठाऊक! कदाचित मी एके दिवशी संपर्क विभागाचा संचालकदेखील होऊ शकतो.''

''मला वाटतं ही फारच चांगली कल्पना आहे. विक्री विभागाशिवाय कुठलीही कंपनी चालू शकत नाही हे जरी खरं असलं, तरी जनसंपर्क (पब्लिक रिलेशन्स) आणि कम्युनिकेशन्स हे विभागही महत्त्वाचे असतातच.'' डियान म्हणाली.

''तुम्ही काहीसं असंच सांगाल, हीच मला अपेक्षा होती.'' जॉश म्हणाला.

''एक विचार असाही आला, तुला या क्षेत्राबद्दल आणखी माहिती घेण्यासाठी, आमच्या कंपनीच्या जनसंपर्क विभागाच्या प्रमुखांशी बोलायला आवडेल का?''

''वा! हे तर खूपच छान होईल!''

''तुझ्या विचारांबद्दल तू तुझ्या बॉसशी बोलावंस असं मला वाटतं. तुझ्या आधीच्या बोलण्यावरून माझ्या असं लक्षात आलं आहे की, इव्हाला तुझ्या प्रगतीत मदत करण्याची इच्छा आहे... मग तू कंपनीच्या विक्री विभागात काम कर किंवा अन्य कोणत्या विभागात. त्यामुळे तुझ्या या कल्पनेला बहुधा तिचा पाठिंबा मिळेल, असं वाटतंय.''

''मला पण तीच अपेक्षा आहे. मग तुमचं काय? तुमचा लंडनचा दौरा कसा झाला?'' जॉशने विचारलं.

''खूप काही घडामोडी घडल्या आणि प्रामाणिकपणे सांगायचं तर, मला जरा दडपण आल्यासारखंच झालं आहे. कंपनीचं स्वरूप बदलून टाकण्यासाठी नेमण्यात आलेल्या एका मोठ्या समितीचं नेतृत्व करण्याबद्दल मला विचारणा झाली आहे.''

''मग तुम्ही ते नेतृत्व स्वीकारलंत का?'' जॉशने विचारलं.

''नाही, मी ते स्वीकारलं नाही. मी स्वत:च स्वत:चा सल्ला घेतला.''

''आणि तो सल्ला काय होता?''

''तोच, जो मी तुला दिला होता. विचार करण्यासाठी वेळ घेणं आणि एक दृष्टिकोन तयार करणं. गेली अनेक दशकं, जबाबदाऱ्या घेणं आणि त्या पार पाडणं, हीच माझी कार्यपद्धती होती; पण यावेळेस मी स्वत:ला आपसूकपणे होकार देण्यापासून रोखलं. खरं तर हे मी भूतकाळातही करू शकले असते. सर्व शक्यता पडताळून पाहण्यासाठी मी थोडा वेळ घेते आहे.''

''म्हणजे आता हा मार्गदर्शनाचा रस्ता दुहेरी झाला म्हणायचा.'' जॉश म्हणाला.

''नक्कीच.''

''तुम्ही मला सुचवलंत की, पदव्युत्तर अभ्यासक्रमाबाबत मी माझ्या वरिष्ठांना वस्तुस्थिती सांगावी. मी लहान तोंडी मोठा घास घेत असेन तर मला माफ करा, पण तुम्हीदेखील तुमच्या संचालक मंडळाला तुमच्या मनातले विचार सांगणार आहात का?''

''मला असं करावंच लागेल.'' डियान म्हणाली.

तिने हसून मान हलवली. ''वॉरेनचं म्हणणं योग्य होतं. तुला मार्ग दाखवता दाखवता मला माझीच दिशा सापडत चाललीय.''

*

मोठ्या हॉलमधून जॉश इव्हाच्या कार्यालयाकडे निघाला होता. त्याला आपल्या पोटात गोळा येत असल्यासारखं वाटलं; पण या वेळेस, डियान आपला उत्साह वाढवत असल्याची भावना त्याच्या मनात निर्माण झाली.

जेव्हा तो आत आला तेव्हा इव्हा जॉशच्या विक्रीचे अहवाल बघत होती. ''तुझ्या कामगिरीत सुधारणा झाल्याबद्दल तुझं अभिनंदन!'' ती म्हणाली. ''हे कसं झालं?''

''मी तुमचा सल्ला ऐकला, माझा अहंकार गिळला आणि एरिककडून थोडं शिकलो.''

इव्हाने स्मित केलं. ''मला खूप आनंद झाला आहे. तुझ्या विक्रीच्या आकडेवारीत झालेल्या वाढीचा अर्थ तू उत्साहानं काम करतो आहेस, असा आहे का?''

''खरं तर, विक्रीचे माझे वाढते आकडे बघून माझ्यात उत्साह संचारलाय.''

''वा! छानच!!'' इव्हा म्हणाली.

''परंतु, तू तिमाही आढावा बैठकीच्या वेळेला जे बोलली होतीस त्यावर मी विचार करतोय.''

''काय म्हणाले होते मी?''

''तू म्हणाली होतीस की, एक तर मी कामगिरी सुधारली पाहिजे किंवा दुसऱ्या एखाद्या क्षेत्राचा विचार करायला पाहिजे. कारण प्रत्येकालाच विक्री करणं जमतं, असं नाही.''

''पुढे बोल.''

जॉशने घसा खाकरला. ''मी कम्युनिकेशन्समध्ये मास्टर्स करण्याबद्दल तुझं काय मत आहे?''

इव्हा तिच्या खुर्चीवर मागे रेलून बसली. ''जॉयसॉफ्टमधल्या अनेकांना पुढचं शिक्षण घेणं फायदेशीर आहे, असं आढळून आलं आहे. याचा अर्थ असा की, यापुढील सगळ्या रात्री आणि शनिवार-रविवार तू मोकळा नसणार.''

''ते माझ्या लक्षात आलं आहे, पण मला वाटतं त्यामुळे माझं सामर्थ्य अधिकाधिक वाढेल आणि कुणास ठाऊक, मी कंपनीसाठी जास्त उपयुक्त ठरेन!''

''ते तर काळच ठरवेल, पण आत्ता तरी ज्या कामातून तुला प्रेरणा मिळते ते तू शोधलं पाहिजेस. जोपर्यंत अभ्यासाच्या जोडीने तुझ्या विक्रीचे आकडे वाढत आहेत, तोपर्यंत मी पूर्णपणे तुझ्याबरोबर आहे.''

''तू दिलेल्या पाठिंब्याबद्दल मी आभारी आहे.'' जॉश म्हणाला. ''तू खूप चांगली बॉस आहेस, पण मी तुला कधीच गृहीत धरलं नाही. माझ्या खराब कामगिरीबद्दल सांगणं तुझ्यासाठी खूप अवघड होतं, परंतु गेल्या काही आठवड्यांपासून, तू मला दिलेला सल्लादेखील कामी आला आहे. मला आता एरिककडून शिकतानादेखील मजा येत आहे.''

''जॉश, तुझ्या बदललेल्या वागणुकीमुळे मला खरंच खूप आनंद झाला आहे. दोन महिन्यांपूर्वी आपल्यात झालेलं संभाषण आणि आत्ताचं संभाषण यात किती फरक पडला आहे! खरं सांगायचं तर, मला तुझी खूप काळजी वाटत होती. पण आता तू परिस्थितीत बदल घडवत आहेस, याचा मला खूप आनंद होतोय.''

*

डियानने दीर्घ श्वास घेतला, फोन उचलला आणि क्वेस्ट मीडियाचे अध्यक्ष, इसाक रोझेन्थाल यांना फोन लावला. छोट्याशा औपचारिक बोलण्यानंतर ती मूळ मुद्याकडे वळली.

''मी लंडनला झालेल्या आपल्या बैठकीबाबत तसंच त्यानंतर कंपनीचं स्वरूप बदलून टाकण्यासंदर्भात झालेल्या चर्चेवर विचार करत होते.''

इसाक चमत्कारिक हसले. त्या हसण्यात कुठेही विनोद नव्हता. ''मी यासंबंधी नुसता विचार करत नाही, तर त्यामुळे माझी झोपही उडाली आहे. तुझे काय विचार आहेत?''

''बदल नियोजन गटाचं नेतृत्व मी करावं, या तुमच्या सूचनेचं मी स्वागत करते; परंतु या क्षणी तरी मी त्यासाठी तयार आहे का, याबद्दल साशंक आहे.''

''तुमचं म्हणणं काय आहे?''

''खरं सांगू, सध्या तरी एवढी मोठी जबाबदारी घेण्याची माझी तयारी नाही.''

काही बोलण्याआधी आयझॅक थोडं थांबले. ''तू माझी खूप निराशा केली आहेस, पण तुझ्या प्रांजळपणाचं, स्पष्टवक्तेपणाचं मला कौतुक वाटतं. तू निवृत्त होण्याचा विचार तर करत नाहीयेस ना?''

''नाही, अजिबात नाही.''

''मग पुढचा काय बेत आहे?''

''तेच ठरवण्याचा प्रयत्न मी करतीये; परंतु मला एक नक्की माहिती आहे की, तुम्ही मला जी भूमिका देऊ इच्छिता ती निभावण्याची आत्ता तरी माझी तयारी नाही. मला वाटतं, त्याच्या संचालन मानसिकतेमुळे लॅरि झुनिगा यासाठी योग्य ठरेल. लंडनमध्ये आम्ही दोघांनी यावर बरीच चर्चा केली आहे.''

''लॅरी?'' इसाकने कुतूहलानं, उत्सुकतेनं विचारलं. ''ही खरंच खूप चांगली कल्पना आहे, डियान. ठीक आहे मी त्यावर विचार करतो.''

एका मिनिटात मर्म

थांबा, मनन करा आणि शिका.

- मार्गदर्शकाच्या भूमिकेतून, मार्गदर्शन घेणाऱ्यांना त्यांची सद्यःस्थिती आणि भविष्यातील योजना यांबाबत सत्यकथन करण्यास प्रोत्साहित करा. त्याचवेळी, त्यांना तुमची सद्यःस्थिती आणि तुमच्या योजनांबाबत खरं ते सांगा.
- मार्गदर्शन घेणारे म्हणून तुमचीही काही निरीक्षणं असतीलच. त्यामुळे संभाषणाची सुरुवात मार्गदर्शकाकडूनच व्हायला हवी, असं प्रत्येक वेळी घडू देऊ नका.
- कधी कधी, असंही होऊ शकतं की, मार्गदर्शन घेणारी व्यक्ती एखादा प्रश्न विचारते आणि त्या प्रश्नामुळे थेट मार्गदर्शकाच्या आयुष्यात सकारात्मक बदल घडू शकतो.

ओळखी जोडायला शिकणे

जॉशने एरिकच्या ऑफिसमध्ये डोकावले आणि त्याला विचारले ''एक मिनिट वेळ आहे का?''

एरिक कुणाला तरी फोन करणारच होता, पण त्याने फोन खाली ठेवला आणि म्हणाला, ''आहे की. ये बस.''

जॉश एरिकसमोरच्या खुर्चीत बसला. एरिकच्या खाजगी ऑफिसच्या भिंतीवर, त्याच्या त्या सुप्रसिद्ध कॅलेंडर शेजारी प्रेरणादायी वाक्ये फ्रेम करून टांगली होती.

''अजूनही तुझ्या लाल फुल्या सुरूच आहेत,'' जॉश म्हणाला.

''हो ना.''

''आता मीपण माझ्याकरिता असं कॅलेंडर ठेवायला सुरुवात केली आहे. त्याची खूप मदत होते.'' जॉश म्हणाला.

''मला माहिती आहे! असं काहीतरी बघायला मिळालं की, खूप छान वाटतं. माझ्या लक्षात आलंय की, तुझी कामगिरी सुधारतीय. असं वाटतंय की, तुला पुन्हा एकदा तुझा वेग सापडला आहे.''

''त्याचं सगळं श्रेय तू जे काही शिकवलंस त्याला आहे. मी तुझ्याकडे काही संदर्भ विचारले आणि त्यांचा पाठपुरावा केला. मी अनोळखी लोकांना फोन केले. मी अशा ग्राहकांशी संपर्क साधला, ज्यांनी बऱ्याच काळापासून

आपली उत्पादनं विकत घेतली नाहियेत आणि अशा आपल्याच ग्राहकांना ती जास्तीत जास्त विक्री केली.''

''अप्रतिम!'' एरिक म्हणाला.

''या सर्व गोष्टींमुळे माझ्या विक्रीत वाढ झाली, परंतु आता मी परत तिथेच येऊन थबकलोय. संपूर्ण आठवड्यात माझ्याकडून काहीच विक्री झालेली नाही. तुझ्याकडे काही नवीन कल्पना असतील तर विचारावं, म्हणून मी आलोय.''

''फक्त तीन.'' एरिक म्हणाला.

''मस्त. कोणत्या आहेत त्या कल्पना?''

''संभाव्य, संभाव्य आणि संभाव्य... अगदी याच क्रमाने.''

एरिकच्या उत्तरामुळे जॉश जास्त उत्साहित झाला नाही. त्याच्या चेहऱ्यावर हे स्पष्टपणे दिसत होतं.

''एखादी जादूची छडी असावी, असं वाटतं का तुला?'' एरिकने विचारलं. ''अशी कोणतीही छडी नसते. फक्त कठोर परिश्रम. मित्रा! तुला भेटणारी प्रत्येक व्यक्ती तुझी संभाव्य ग्राहक असते. अगदी तुझा उबर टॅक्सीचा ड्रायव्हर, तुझी मावशी मागरिट हेदेखील. इतकंच नाही, तर घराजवळच्या इलेक्ट्रॉनिक्स उपकरणं विकणाऱ्या दुकानाचा व्यवस्थापकदेखील तुझा संभाव्य ग्राहक असू शकतो.''

एरिक इतक्या आवेगात जी सामान्य विधानं करत होता त्याचं जॉशला आश्चर्य वाटलं. ''प्रत्येक जण?'' त्याने साशंक होत विचारलं.

''प्रत्येक जण'' एरिक तितक्याच ठामपणे म्हणाला.

*

जॉश आणि डियानची पुढील भेट ग्रिफिथ पार्कमध्ये झाली. त्यांनी शॉर्टस् आणि धावण्याचे बूट घालून यायचं आधीच ठरवलं होतं.

''एका वेळी जास्त कामं करायला तयार झालास त्याबद्दल धन्यवाद! आजच्या दिवशी मी फक्त हाच एक व्यायाम प्रकार करू शकते. आपण थोडं भराभर चालू या का, तुझी काही हरकत?'' डियान म्हणाली.

''नाही, खरंच नाही. मी एका लेखात वाचलंय की, चालता चालता चर्चा केल्याने सृजनात्मकता वाढते. माझ्या बॉसचं, इव्हाचंदेखील हेच मत आहे.'' जॉश म्हणाला.

''इव्हावरून आठवलं, तू तिला तुझ्या मास्टर्स डिग्रीबद्दल सांगितलंस की नाही?''

''हो. तिचा मला पाठिंबा आहे. माझी कामगिरी जोपर्यंत सरस होत आहे, तोपर्यंत तरी मी माझ्या वेळेत मला हवं ते करू शकतो असं ती म्हणाली.''

''ही खरंच चांगली बातमी आहे!'' डियान उत्साहाने म्हणाली.

''तुमचं काय? अजूनही तुम्ही दडपणाखालीच आहात का? तुम्ही तुमच्या संचालक मंडळाच्या अध्यक्षांशी बोलला का?'' जॉशने विचारलं.

''हो,'' डियानने उत्तर दिलं, ''काम भरपूर आहे, पण एक गोष्ट चांगली की, पुढचे काही आठवडे मला कुठेही प्रवास करायचा नाहीये. आणि त्या नियोजन बदल गटाचं नेतृत्व मी करणार नसल्याचं त्यांना स्पष्टपणे सांगितलं आहे.''

''मग काय झालं?''

''फार काही वाईट नाही. विशेषत: वॉरेनने दिलेले काही चांगले सल्ले अनुसरल्यामुळे ते सोपं गेलं. ते म्हणाले होते, 'डियान, कुठल्याही प्रस्तावाला थेट नकार देण्याऐवजी त्याबरोबर काही पर्याय देऊ केला, तर त्याचा आयुष्यात जास्त फायदा होतो. आतापर्यंत मला या विधानाच्या सत्यतेची प्रचिती आली आहे.''

''तुमचा पर्याय काय होता?'' जॉशने विचारले.

''मी पर्याय म्हणून एका व्यक्तीचं नाव सुचवलं. लॅरी झुनिगा. तो गेली आठ वर्षं क्वेस्ट मीडिया कंपनीत परिचालन विभागाचा उपाध्यक्ष म्हणून काम करत आहे. तो खरोखरच महत्त्वाकांक्षी आहे. शिवाय त्याला सतत नवनवीन कल्पना सुचत असतात. त्यामुळे आमच्या कंपनीला खरोखरच ताबडतोब मदत मिळेल, असं मला वाटतं.

मोठा चढ आल्यामुळे त्यांनी संभाषण थांबवलं. चढावरून खाली, थोड्याच अंतरावर पसरलेलं लॉस एंजलिस शहर दिसत होतं.

—

फलदायी संबंध जोपासणे, हीच यशाची गुरूकिल्ली आहे.

—

टेकडीच्या माथ्यावर पोहोचल्यावर डियान म्हणाली, ''फलदायी संबंध जोपासणे, हीच यशाची गुरुकिल्ली आहे. तुला आठवतंय, मी एकदा विचारलं होतं की, तुला आमच्या कंपनीच्या कॉर्पोरेट जनसंपर्क विभागाच्या प्रमुखांशी बोलायला आवडेल का?''

''नक्कीच आवडेल.'' जॉश म्हणाला.

''मी त्यांना तुझ्या लेखनाच्या आणि संवाद साधण्याच्या आवडीबद्दल सांगितलं. ते म्हणाले की, त्यांना तुला भेटायला नक्की आवडेल. ते अत्यंत प्रेरणादायक आहेत.'' डियानने कमरेला बांधलेल्या पाऊचमधून एक बिझनेस कार्ड काढलं. ''त्यांनी मला हे दिलं आणि सांगितलं की, त्याला मला फोन करायला सांग.''

जॉशने कार्ड हातात घेतले आणि त्यावर नजर टाकली.

डग शार्फ

डायरेक्टर ऑफ कम्युनिकेशन्स,

क्वेस्ट मीडिया

*

डगना भेटण्यासाठी जॉश वेळेच्या थोडा आधीच पोहोचला. डगच्या ऑफिसच्या बाहेर स्वागतकक्षात बसलेला असताना जॉशने डगशी काय बोलायचं याचा थोडक्यात आढावा घेतला. त्याच्या माहितीप्रमाणे, एखाद्या करिअरसंबंधीच्या माहितीपर भेटी या खरं तर, कुणी काय केलं, का केलं अशी माहिती मिळवण्याकरता असतात. आणि नंतर त्या प्रकारच्या कामासाठी आपण योग्य आहोत की नाही, हे ताडलं जातं.

डगने जॉशचं स्वागत केलं आणि त्याला आत घेऊन गेले.

खुर्चीवर बसता बसता जॉशने ऑफिसवर नजर फिरवली. भिंतींवरती कॅलिफोर्नियाच्या सुंदर पॅसिफिक किनाऱ्याचे फोटो लावले होते. त्याच्यात एक सहजता आली आणि त्याने लगेचच बोलायला सुरुवात केली.

''डग, तुम्ही आज भेटायला बोलावलं, त्याबद्दल तुमचे आभार. आपली भेट घालून दिल्याबद्दल मी डियानचा ऋणी आहे. तुमचं काम आणि तुम्ही या क्षेत्रात कसे आलात याबद्दल जाणून घ्यायला मी खूप उत्सुक आहे. तुम्हाला डियानने सांगितलं असेल की, मला लेखन आणि संवाद या क्षेत्राची आवड आहे, पण मला त्याचा प्रत्यक्ष वापर करता येत नाहीये. ज्यांनी आपल्या आवडीचं रूपांतर करिअरमध्ये केलं अशा यशस्वी व्यक्तींकडून काहीतरी शिकण्यासाठी मी उत्सुक आहे. आणि डियानकडून मला असं समजलं आहे की, तुम्ही अशा व्यक्तींपैकी एक आहात.''

''ही जरा जास्तच स्तुती आहे जॉश आणि त्यासाठी मी पात्र आहे की नाही, ते मला माहिती नाही. पण मी नक्कीच प्रयत्न करीन.''

पुढची वीस मिनिटं डग जॉशशी, त्यांचं टेक्सासमधील छोट्याशा शहरात गेलेलं बालपण आणि त्याने महाविद्यालयीन अभ्यासक्रमासाठी कॅलिफोर्निया विद्यापीठ, लॉस एंजलिसची धरलेली वाट याबद्दल भरभरून बोलले.

''कॅलिफोर्निया विद्यापीठ, लॉस एंजलिसच का ?'' जॉशने विचारले.

''शाळेत असताना मी पोहण्याच्या संघात होतो. जेव्हा मी कॅलिफोर्निया विद्यापीठ, लॉस एंजलिस इथे असताना, अभ्यास किंवा सर्फिंग करत नसायचो, तेव्हा कॉलेजच्या वर्तमानपत्रासाठी लेखन करायचो.''

''मीदेखील माझ्या कॉलेजच्या वर्तमानपत्राकरिता लेखन केले आहे. आणि तेव्हाच आपल्याला लेखनात गोडी आहे हे माझ्या लक्षात आलं होतं.'' जॉश उत्साहाने म्हणाला.

''मी समजू शकतो. लेखनाच्या उर्मीची मी व्यवसायाच्या आवडीशी सांगड घातली आणि त्यामुळेच मला, एका छोट्या प्रकाशन संस्थेच्या जाहिरात विभागात माझी पहिली नोकरी मिळाली.''

''मग तुम्ही क्वेस्ट कंपनीत कसे आलात?'' जॉशने विचारले.

''एक वरिष्ठ व्यवस्थापक माझे सर्फिंग खेळातले मित्र होते. जेव्हा पंधरा वर्षांपूर्वी कंपनीत जागा निर्माण झाली तेव्हा त्यांनी मला अर्ज

करायला सांगितला. ही जागा खूपच उत्तेजना देणारी आहे. आम्ही इथे सृजनात्मक काम करतो आणि माझे सगळे सहकारी अत्यंत प्रतिभावान आहेत. नोकरीच्या पहिल्या दिवसापासूनच मी कंपनीच्या प्रेमात पडलोय. तसंच मी खूप भाग्यवान आहे कारण दोन वर्षांपूर्वी मला संचालकपदी बढती मिळाली.''

''तुमची दैनंदिन कामं कोणती असतात?'' जॉशने विचारले.

पुढची पंधरा मिनिटं डगने जॉशला दैनंदिन कामांविषयी सविस्तर सांगितलं.

''हे काम अगदी स्वप्नवत आहे.'' जॉश म्हणाला.

''नक्कीच.'' डग म्हणाले. ''सगळ्यात चांगली गोष्ट म्हणजे, या इतक्या काळात मला माझी सर्फिंगची आवडदेखील जोपासता आली. लाटेवर आरूढ होऊन किनाऱ्याकडे वेगाने जात असताना समुद्राची शक्ती भिनवून घेणं, यासारखं दुसरं काही नाही.''

''डग, तुम्ही जेव्हा सर्फिंगबद्दल बोलता तेव्हा त्याविषयाची तुमची आवड, उत्कटता मनाला भिडते. आणि गंमत म्हणजे, जेव्हा तुम्ही तुमच्या नोकरीविषयी, व्यवसायाविषयी बोलता तेव्हाही तितकीच उत्कटता जाणवते. तुम्हाला माहिती आहे का, तुम्ही किती भाग्यवान आहात?''

''नक्कीच, मला ते माहिती आहे आणि त्याबद्दल मला दररोज कृतज्ञ वाटतं.'' डग म्हणाले.

''तुम्ही तुमचं आयुष्य ज्याप्रकारे तुमच्या आवडीच्या गोष्टींभोवती अर्थात सर्फिंग आणि लेखनाभोवती गुंफलं आहे ते खूपच प्रेरणादायी आहे. आणि डियानचं म्हणणं खरं असेल तर, तुमच्या संपर्कात येणाऱ्या प्रत्येकावर तुमच्या उत्साहाचा सकारात्मक प्रभाव पडतो. लहानपणी टेक्सासमधल्या छोट्या शहरातल्या त्या लहान मुलाच्या कधी स्वप्नातदेखील आलं नसेल की, आपण मोठेपणी युसीएलएमध्ये दाखल होऊ आणि आपलं आयुष्य आपल्या स्वप्नांभोवतीच गुंफलं जाणार आहे.''

''खरंच आहे तुझं म्हणणं. असं माझ्या कधी मनातच आलं नव्हतं. खरंच संवाद साधण्याची तुझी हातोटी उत्तम आहे. तुझ्या श्रवणकौशल्याने आणि माझीच कथा मला ज्या पद्धतीने तू सांगितली त्यामुळे मीदेखील भारावून गेलो आहे.''

डग उठले आणि त्यांनी हात पुढे करत म्हटलं, ''तुला भेटून खरंच खूप आनंद झाला.''

''धन्यवाद.'' जॉश म्हणाला.

अचानक, त्याला एरिकच्या ऑफिसमध्ये भिंतीवर टांगलेलं एक प्रेरणादायी वाक्य आठवलं : *ऑलवेज बी क्लोजिंग.* कदाचित हीच विक्रीची संधी होती. 'प्रत्येक जण संभाव्य ग्राहक असतो' हे एरिकचे शब्द त्याला पुन्हा पुन्हा आठवत होते, प्रतिध्वनीत होत होते.

प्रत्येक जण?

प्रत्येक जण.

''डग, मला एक सांगा, तुम्ही आता जी सॉफ्टवेअर प्रणाली वापरत आहात त्याबाबत समाधानी आहात का? काही मीडिया ग्राहक आमच्या जॉयसॉफ्टच्या उत्पादनांचा वापर करतात आणि त्याचा त्यांच्या विभागांच्या कामात सुरळीतपणा आणण्यात त्यांना खूप उपयोग होत आहे.''

डगनी जॉशकडे काहीसं चिडून पाहिलं आणि विचारलं, ''ही काय धंदा करण्याची जागा आहे का?''

आणि एकदम जॉशला आपली चूक लक्षात आली.

''मला माफ करा... हा व्यावसायिक दुर्गुण आहे.'' जॉश म्हणाला. ''माझ्या सध्याच्या नोकरीत, मला प्रत्येकाकडेच संभाव्य ग्राहक म्हणून बघावं लागतं.''

डगच्या कपाळावर आठ्या आल्या. ''तुझा उत्साह मी समजू शकतो, पण आपली आजची भेट त्यासाठी नव्हती.''

''नाही. माझ्या ते लक्षात आलंय. कृपया माझ्याकडून झालेली चूक माफ करा. खरंच आज तुम्ही माझ्याशी इतके चांगले वागले आहात, तुमची कहाणी माझ्यासाठी फारच उद्बोधक होती. खरंच मला माफ करा.'' जॉश म्हणाला.

''ठीक आहे, मी तुला माफ केलंय, तू काळजी करू नकोस.''

पण जॉश मात्र काळजीत पडला होता.

एका मिनिटात मर्म

थांबा, मनन करा आणि शिका.

- मार्गदर्शक म्हणून तुम्ही एक उत्तम गोष्ट करू शकता. ती म्हणजे, तुमच्याकडून मार्गदर्शन घेणाऱ्याला तुमच्या ओळखीतल्या लोकांचे संदर्भ देणे. तुमच्याकडून मार्गदर्शन घेणाऱ्याला आपल्या माहितीतील कोणते लोक उपयोगी पडतील याचा विचार करून त्यांची त्यांच्याशी ओळख करून द्या.
- मार्गदर्शन घेणाऱ्यांनो! तुमच्याही स्वत:च्या ओळखी असतात हे विसरू नका! त्यातील कुणी तुमच्या मार्गदर्शकासाठी उपयोगी पडू शकतात का, याचा सतत विचार करा आणि अशा व्यक्तींचा मार्गदर्शकाबरोबर परस्परपरिचय करून देण्यात संकोच करू नका.
- इतरांनी दिलेल्या ओळखींचा माफक वापर करा. मार्गदर्शकाने तुमच्यासाठी दिलेल्या ओळखींचा कधीही अतिवापर अथवा गैरवापर करू नका. सर्वांशी सभ्यपणे वागा आणि त्यांचा आदर करा.

कृती करा

ओळखी जोडा

तुमच्या मार्गदर्शकाच्या किंवा मार्गदर्शन घेणाऱ्यांच्या ओळखींच्या माध्यमातून जनसंपर्क वाढवा.

विश्वासाची बांधणी

डगच्या भेटीनंतर जॉशने लगेचच डियानला फोन लावला. त्याचा कॉल व्हॉईस मेलवर गेल्यानंतर, त्याने तिच्यासाठी एक निरोप ठेवला.

> डग शार्फ यांच्याशी माझा परिचय करून दिल्याबद्दल मी तुमचा पुन्हा आभारी आहे. मला तुम्हाला काहीतरी महत्त्वाचं सांगायचं आहे. तुम्हाला मला भेटण्यासाठी वेळ आहे का?

दुसऱ्याच दिवशी त्यांनी कॉफीसाठी भेटण्याचं ठरवलं.

*

''तू म्हणाला होतास काहीतरी महत्त्वाचं आहे.'' डियान जॉशसोबत कॉफीशॉपमध्ये शिरता शिरता म्हणाली. ''काय झालंय?''

''तुम्ही विश्वासानं माझी तुमच्या सहकाऱ्याशी ओळख करून दिली, पण माझ्या हातून त्या विश्वासाला तडा गेला.''

''काय झालं?''

''डग खूप चांगली व्यक्ती आहे. त्यांची कहाणी तर खूपच उद्‌बोधक आहे. आमच्या भेटीच्या शेवटापर्यंत सगळं सुरळीत होतं; परंतु माझ्या डोक्यात एरिकचे, ऑलवेज बी क्लोजिंग – सौदा नेहमी पूर्णत्वाकडे न्या...

आणि प्रत्येकजण कसा आपला संभाव्य ग्राहक असतो, हेच विचार सतत घोळत होते. नकळतपणे, मी डगना, संभाव्य ग्राहक या दृष्टिकोनातून आमच्या कंपनीच्या उत्पादनाविषयी सांगू लागलो. खरंच माझी मोठी चूक झाली डियान. मला त्यांना दुखवायचं नव्हतं किंवा त्यांचा अपमान करायचा नव्हता.''

''तू मला हे सर्व सांगितलंस ते बरंच केलंस. परंतु डगने आधीच मला फोन करून झाला प्रकार सांगितला आहे.''

जॉशचे खांदे पडले, तो हताश झाला. ''अरे देवा...''

''तो काय म्हणाला तुला ऐकायचं आहे?''

''ते काय बोलले असतील मला कल्पना आहे, पण तरीदेखील माझी ऐकायची तयारी आहे.''

''ते तुमच्यात झालेल्या सुसंवादाबद्दलच बोलले. ते सांगत होते की, तू कसा प्रतिभावान आहेस आणि तुझ्या चिंतनशील प्रश्नांमुळे त्यांच्या गतआयुष्यातील कालखंडावर ते कसे विचारमग्न झाले.''

''खरंच?''

''हो, खरंच! त्यांनी मला हेदेखील सांगितलं की, जाता जाता तू तुझ्या कंपनीचं उत्पादन त्यांना जवळजवळ विकलंच होतंस. पण तू त्याबद्दल दिलगिरी व्यक्त केलीस आणि चांगल्या शब्दात त्यांची माफी मागितलीस.''

जॉशने सुटकेचा निःश्वास सोडला. ''तरीही आणखी संदर्भ देताना तुझा माझ्यावर भरवसा उरला नसेल, तर त्याबद्दल मी तुला दोष देणार नाही.''

''अरे, उलट या घटनेनंतर तर माझा तुझ्यावरचा विश्वास आणखी वाढलाय.'' डियानने वस्तुस्थिती कथन केली.

''ते कसं काय?''

—

प्रत्येक जण चुका करतो. त्या चुका मनुष्य कसा हाताळतो यावर तो विश्वासार्ह ठरतो किंवा विश्वासार्हता गमावतो.

—

''प्रत्येक जण चुका करतो. त्या चुका मनुष्य कसा हाताळतो यावर तो विश्वासार्ह ठरतो किंवा विश्वासार्हता गमावतो. या प्रसंगात तू तुझी चूक लगेचच मान्य केलीस आणि त्याबद्दल माफीदेखील मागितलीस – डगची आणि माझीही.''

''माझ्या हातून ही चूक घडायलाच नको होती.''

डियान हसली. ''हा तर मानवी स्वभाव आहे. आता मला तुझ्या विकएन्डबद्दल सांग. कसं चाललंय?''

''उत्तम चालू आहे. माझ्या ऑनलाईन मास्टर्स डिग्रीचा अभ्यास मी सुरू केला आहे, त्यामुळे बरेचदा शनिवारी अभ्यासच करतो; पण रविवारी मात्र रिकीसोबत सायकल चालवण्यासाठी वेळ काढतो.''

''रिकी.. तोच ना.. बिग ब्रदर्स बिग सिस्टर्स प्रोग्रॅमधला तुझा छोटा भाऊ?''

''हो, तोच. उडत उडत एक बातमी माझ्या कानावर आली आहे की, लिंडा संस्था सोडून चालली आहे. तुम्हाला त्याबद्दल काही माहिती आहे का?''

''नाही.'' डियान म्हणाली.

''आशा करू या की, ही बातमी खोटी असू दे. कारण आपल्या सगळ्यांनाच तिची उणीव नेहमीच जाणवेल. ती उत्कृष्ट काम करते.''

''मार्क आणि मी या शुक्रवारी, वार्षिक निधी-उभारणीच्या कार्यक्रमासाठी जाणार आहोत. त्यावेळी मी तिला विचारेन याबद्दल. तू येणार आहेस का त्या कार्यक्रमाला?''

जॉशने नकारात्मक मान हलवली. ''नाही, मला अभ्यास आहे, परंतु लिंडाला मी विचारलंय म्हणून सांगा.''

एका मिनिटात मर्म

थांबा, मनन करा आणि शिका.

- व्यावहारिक प्रामाणिकपणा मार्गदर्शक नातेसंबंधात विश्वास निर्माण करतो.
- मार्गदर्शक नातेसंबंधांत, आव्हानांचे प्रसंग तर येतातच. अशा वेळी, मोकळ्या संवादातून विश्वास निर्माण करत राहा.
- चुका होतच असतात; पण तुम्ही त्या कशा हाताळता यावर विश्वास रचला जातो. कोणत्याही चुकीतील तुमची त्रुटी, भूल मान्य करा आणि आवश्यक तिथे, क्षमा मागा.

कृती करा

विश्वास

सत्यकथन, संपर्क आणि विश्वासार्हता यांद्वारे तुमच्या मार्गदर्शक भागीदाराशी विश्वासाचा पाया रचा आणि तो सांभाळा.

योग्य ओळखी जोडणे

शुक्रवारची संध्याकाळ. डियानने ऑफिसच्या खिडकीतून बाहेर बघितलं, तर सूर्य मावळतीला आला होता.

''कसला विचार करते आहेस?''

तिने मागे वळून पाहिलं, तिचा नवरा मार्क दरवाजात उभा होता.

''मी असं दृश्य जेव्हा पहिल्यांदा पाहिलं होतं आणि तेव्हा मी स्वत:ला किती भाग्यवान समजले होते, याचा विचार करत होते.''

''म्हणजे, आता तू स्वत:ला भाग्यवान समजत नाहीस?'' त्याने विचारलं.

''समजते. पण आता वेगळ्या गोष्टींसाठी. जसं, तू आणि आपल्या नाती.''

''याचा अर्थ आता क्वेस्टला आश्चर्यचकित करण्याची वेळ जवळ आली, असा आहे का?''

डियान उभी राहून तिच्या वस्तू गोळ करत म्हणाली, ''मला माहिती नाही. जेव्हापासून लॅरी झुनिग यांनी बदल नियोजन गटाचं नेतृत्व स्वीकारलं आहे, तेव्हापासून मला खूप हलकं हलकं वाटतंय. काय गंमत आहे! आश्चर्याची गोष्ट म्हणजे, हे असं अधिकार सोडल्यामुळे वाटतंय की जबाबदारी नाकारल्यामुळे वाटतंय?''

मार्कने पुढे होत डियानला तिचा कोट घालण्यात मदत केली. ''पण ही चांगली बाब आहे, नाही का?''

''असं मला वाटतं. पण मग आता माझ्या हातात काय उरलं? माझ्या म्हणण्याचा अर्थ, तू सोडून... मी आता पुढे काय करू?''

मार्कने त्याच्या घड्याळाकडे पाहिलं. ''भविष्यातलं मला माहिती नाही, पण आता तरी तू खाली उतरून गाडीत बसावं आणि माझ्यासोबत लिंडाच्या निधी-उभारणीच्या कार्यक्रमाला यावं, असं मी सुचवतो. आपल्याला आधीच उशीर झाला आहे.''

*

डियान आणि मार्क हिल्टनमध्ये पोहोचले. टेबलापाशी स्थानापन्न होत इतरांशी ओळख करून घेतात, तोच कार्यक्रम सुरू झाला. लिंडा पॅट्रिज व्यासपीठावर आली. तिने उपस्थितांचं हार्दिक स्वागत केलं आणि त्यांच्या उपस्थितीबद्दल आभार मानले.

''तुमच्यापैकी ज्यांना आमच्या संस्थेची माहिती नाही, त्यांच्यासाठी आज खास मेजवानी आहे,'' लिंडा म्हणाली. ''प्रत्येक मुलाकडे यशस्वी होण्याची आणि स्वतःची प्रगती करण्याची जन्मजात क्षमता असते. या श्रद्धेवर गेल्या एका शतकाहून अधिक काळ बिग ब्रदर्स अँड बिग सिस्टर्स आपली वाटचाल करत आहे.''

मी याच्याशी फार काही सहमत नाहीये, डियानच्या मनात विचार आला.

''सर्वाधिक देणगीदार, तसंच स्वयंसेवकांच्या मदतीने मार्गदर्शकांचं जाळं असलेली, बिग ब्रदर्स बिग सिस्टर्स संस्था, देशभरातील सर्व समुदायांसाठी एक अर्थपूर्ण, देखरेखीखालील (उद्‌बोधनपर) कार्यक्रम राबवते. यात प्रौढ स्वयंसेवक, ज्यांना आम्ही 'बिग्ज' असं म्हणतो आणि ६ ते १८ वर्षे वयोगटातील युवकांच्या, ज्यांना आम्ही 'लिटलस्' म्हणतो, त्यांच्या जोड्या घालून दिल्या जातात. आम्ही असे सकारात्मक नातेसंबंध विकसित करतो, ज्यांचा तरुणांच्या आयुष्यावर थेट आणि दीर्घकालीन प्रभाव होतो. ते कसं, ते तुम्हाला या कार्यक्रमादरम्यान समजेलच.''

अचानक डियान लिंडाचं बोलणं लक्षपूर्वक ऐकू लागली. अर्थात त्याचं स्वरूप जरी निराळं होतं, तरीदेखील बिग ब्रदर्स बिग सिस्टर्स संस्था जे काम करत होती, ते काही प्रमाणात ती जॉशसाठी जे करत होती त्यासारखंच होतं. ती आता आणखी लक्षपूर्वक ऐकू लागली.

''आज रात्री आपण, एका मोठ्या-छोट्या जोडीकडून त्यांचे अनुभव ऐकणार आहोत, ज्यांच्यातील मार्गदर्शक नातेसंबंधांमुळे दोघांच्याही आयुष्याला चांगलं वळण मिळालं.''

लिंडाने फ्रॅन या मध्यमवयीन महिलेची आणि टॉनी नामक तरुणीची, 'छोटीची' ओळख करून दिली.

गुडघ्यापर्यंत येणारा ड्रेस घातलेली, ओठांवर फिकटशी लिपस्टिक लावलेली, जराशी थोराड दिसणारी ती तरुणी माईकजवळ आली.

''मी दोन वर्षांची असताना माझे वडील आमच्या कुटुंबाला सोडून गेले.'' टॉनीने सुरुवात केली. ''सहावीपर्यंत मी गल्लीतल्या मुलांबरोबर फिरत असे. त्याच मुलांबरोबर मी लहानाची मोठी झाले, मला तेच आयुष्य माहिती होतं. अंमली पदार्थ सेवन करण्याच्या सवयीमुळे मला सातवीत असताना शाळेतून हाकलण्यात आलं. मी खूप तापट होते – मला प्रत्येकाचा आणि प्रत्येक गोष्टीचा राग यायचा. माझा मलाच तिरस्कार वाटत होता.'' तिचा आवाज कातर झाला.

तेवढ्यात, फ्रॅन, टॉनीची 'बिग' वर आली आणि तिने टॉनीला जवळ घेतलं.

टॉनीने घसा साफ करून पुन्हा बोलण्यास सुरुवात केली. ''त्यानंतर मी फ्रॅनला भेटले.'' ती वळली आणि तिच्या मार्गदर्शिकेकडे बघून पटकन हसली. ''तिने माझ्यातल्या चांगल्या गोष्टींची मला जाणीव करून दिली. तिने माझं सगळं म्हणणं ऐकून घेतलं. एखाद्या गोष्टीत रस घेऊन ती करण्यासाठी मी प्रयत्न करायचे, तेव्हा ती गोष्ट साध्य करण्यासाठी फ्रॅन मदत करायची. गेल्या वर्षी मी सन्मानाने मिड्लस्कूलची पदवी परीक्षा उत्तीर्ण झाले. आणि ऑगस्टमध्ये यंग मॅरिन्स समर प्रोग्रॅममध्ये मी खाजगीरित्या शिक्षण देणाऱ्या संस्थेतून पदवी मिळवली.''

उपस्थितांनी टाळ्यांचा कडकडाट केला.

टॉनीच्या 'बिग'ने – फ्रॅनने, थोडक्यात माहिती सांगितली. ''मी टॉनीच्याच वयाची असताना माझे वडील वारले. त्यामुळे लहान वयात पितृछत्र हरवण्याचं दु:ख काय असतं ते मला माहिती आहे. मला इतकंच म्हणायचं आहे, टॉनी माझ्या आयुष्यात आल्यामुळे माझं आयुष्य खूपच सुंदर झालं आहे. माझ्याकडे जे आहे त्याची कदर करायला, तिने मला शिकवलं. जगाकडे रोज एका नव्या दृष्टीने बघायला शिकवलं. माझ्यापुरतं म्हणायचं, तर आम्ही दोघी आता आयुष्यभराच्या मैत्रिणी झालो आहोत.''

डियानला आपल्या डोळ्यांत पाणी तरळल्याचं जाणवलं आणि तिला आश्चर्यच वाटलं. तिच्या आणि जॉशच्या नात्यापेक्षा फ्रॅन आणि टॉनीचं नातं खूपच वैयक्तिक पातळीवरचं होतं. त्याने तिला आणखीनच गंभीर केलं.

औपचारिक कार्यक्रम पार पडल्यानंतर, लिंडा परत व्यासपीठावर आली.

''तुमच्यापैकी काही जणांना ठाऊकच असेल की, अध्यक्ष या नात्याने हा माझा शेवटचा कार्यक्रम आहे. अप्रतिम अशा या पाच वर्षांनंतर मी पद सोडण्याचा निर्णय घेतला आहे. या संस्थेचा एक भाग असणं माझ्यासाठी किती गौरवास्पद होतं, हे मी तुम्हाला सांगू शकत नाही. तुमच्या पाठिंब्याबद्दल आभार. मला आशा आहे की, मी इथून गेल्यानंतरही तुमचा पाठिंबा तसाच कायम राहील.''

म्हणजे ती अफवा खरी आहे तर, डियानच्या मनात विचार आला.

मार्क आणि डियान इतर प्रेक्षकांसोबत टाळ्या वाजवण्यात सामील झाले. लिंडा व्यासपीठावरून खाली उतरली, भोजन मांडलं गेलं आणि सभागृह गप्पांनी भरून गेलं.

डेझर्ट आणि कॉफी घेताना, डियान लिंडाच्या टेबलापाशी आली. तिने लिंडाला मिठी मारली, तिला हॅलो म्हटलं. लिंडाने डियानला तिच्याबरोबर बसून काही वेळ गप्पा मारण्याचा आग्रह केला.

''तुझ्याऐवजी कुणी मिळालंय का त्यांना?'' डियानने विचारलं.

''तिची जागा कोणीच घेऊ शकत नाही! तिच्या जाण्यामुळे संस्थेत खूप मोठी पोकळी निर्माण होणार आहे.'' लिंडासोबत बसलेली एक व्यक्ती म्हणाली.

''ज्याची जागा भरून निघत नाही असं कुणीही नसतं. तसंच माझा इथला काळ खूप आनंदाचा होता. आता मी बदलासाठी तयार आहे.'' लिंडा म्हणाली.

''तुला काय म्हणायचंय ते मला कळतंय.'' डियान म्हणाली.

थोड्या वेळाने लिंडाने डियानला बाजूला घेतलं. ''डियान, आपण मागच्या वेळी जेवणाला भेटलो होतो, तेव्हापासून मी यावर विचार करत होते. तुला जर खरंच बदल हवा असेल, तर तू माझ्या जागी यायचा विचार करायला हवास. आम्हाला फक्त तात्पुरती बदली व्यक्ती मिळाली आहे. तुझ्यासारखी अनुभवी आणि प्रतिभावान व्यक्ती या पदासाठी मिळाली तर संचालक मंडळाला हवंच आहे. आणि मला वाटतं, हा सेवानिवृत्त होण्याचा नव्हे, तर पुन्हा नव्या जोमाने कामाला लागण्याचा अद्भुत मार्ग आहे. एका अर्थी म्हणायचं तर, यशाकडून महानतेकडे जाण्याची ही वाटचाल असेल.''

डियानला धक्काच बसला. एखाद्या स्वयंसेवी संस्थेला मदत करण्याचं तिच्या स्वप्नातदेखील कधी आलं नव्हतं. म्हटलं तर, या कामामुळे तिला समाजाची परतफेड करता येणार होती. शिवाय, भावनिक समाधान मिळणार होतं. टॉनी आणि फ्रॅनच्या कथनाने तिच्या डोळ्यांत पाणी आणलं होतं, तिला तिचा मस्करा नीट करायला लागला होता.

''हे खरं आहे की, मी अजून निवृत्तीसाठी तयार नाही. पण खरंच काय बोलावं मला समजत नाहीये.''

''मग काही बोलूच नकोस. फक्त यावर विचार कर.'' लिंडा म्हणाली.

त्या रात्री गाडीतून घरी परत येताना, डियानने मार्कला, तिचं लिंडासोबत झालेलं संभाषण सांगितलं.

''बिग ब्रदर्स बिग सिस्टर्सची स्थानिक शाखा अध्यक्ष? खरंच खूप चांगली कल्पना आहे. जर तुला वेगळी वाट निवडून, समाधान मिळणार असेल तर मी म्हणेन, या कामाला नक्की होकार दे.'' तो म्हणाला.

एका मिनिटात मर्म

थांबा, मनन करा आणि शिका.

- तुमच्या ओळखींमधील महत्त्वाच्या नात्यांना खतपाणी घाला, त्यांना वाढू द्या.
- तुमचे मार्गदर्शनपर नातेसंबंध तुम्हाला नवा दृष्टिकोन आणि कल्पना बहाल करतील.
- तुम्ही मार्गदर्शन करणारे असा अथवा मार्गदर्शन घेणारे, दक्ष राहा आणि मार्गदर्शनाच्या अनुभवांतून चालून येणाऱ्या नवीन संधींसाठी दारं मोकळी ठेवा.

संधींची देवाणघेवाण

सहा महिन्यांनंतर, डियानला तिचे मार्गदर्शनाचे अनुभव एका मोठ्या समुदायाला कथन करण्याची संधी मिळाली. ती, केबीएलएक्स या लोकप्रिय स्थानिक राष्ट्रीय रेडिओ केंद्रातील एका छोट्या स्टुडिओत मायक्रोफोनसमोर बसली होती. तिच्यासमोरील बाजूस त्या कार्यक्रमाची संचालक ब्रँडी ॲस्टन बसली होती.

ब्रँडीने डियानकडे बघून स्मित केलं आणि ती मायक्रोफोनवर बोलू लागली.

''अगदी प्लेटो आणि ॲरिस्टॉटलपासून, महात्मा गांधी आणि मार्टिन ल्यूथर किंगपासून, बेंजामिन ग्रॅहम आणि वॉरेन बफेपर्यंत, गेली हजारो वर्षं मार्गदर्शन मिळाल्यामुळे अनेकांना नवीन बळ मिळालं आहे. सगळ्या श्रोत्यांचं स्वागत! मी ब्रँडी ॲस्टन. आज आपल्याबरोबर आहेत डियान बर्टमन. डियान या बिग ब्रदर्स बिग सिस्टर्स संस्थेच्या, लॉस एंजलिस शाखेच्या अध्यक्षा आहेत. आज त्यांच्याबरोबर 'मार्गदर्शन' या विषयावर आपण गप्पा मारणार आहोत. मार्गदर्शन म्हणजे काय, मार्गदर्शनाची वाढती लोकप्रियता, तसंच मार्गदर्शनामुळे आपल्यात काय बदल घडून येऊ शकतात, यावर त्यांच्याशी संवाद साधू या. शुभ दुपार, डियान!''

''शुभ दुपार.'' डियान म्हणाली.

''एखाद्याने मार्गदर्शक का बनावं?'' ब्रँडीने विचारले.

—

एक मार्गदर्शक म्हणून तुम्ही जे नेतृत्व कौशल्य शिकता, त्यामुळे तुमच्या कंपनीसाठी, संघटनेसाठी तुम्ही अधिक मौल्यवान बनू शकता.

—

''ब्रँडी, त्याची कारणं बरीच आहेत. पण एक सांगते, एक मार्गदर्शक म्हणून तुम्ही जे नेतृत्व कौशल्य शिकता, त्यामुळे तुमच्या कंपनीसाठी, संघटनेसाठी तुम्ही अधिक मौल्यवान बनू शकता. याबाबतीत झालेलं संशोधनही या विधानाला पुष्टी देतं. नुकत्याच करण्यात आलेल्या एका अभ्यासात असं दिसून आलं आहे की, असे व्यवस्थापक जे मार्गदर्शकदेखील होते त्यांना, इतरांपेक्षा सहा पटींनी जास्त वेळा बढती मिळाली आहे.''

''मला माहिती आहे, माझ्या व्यवसायातदेखील मला मार्गदर्शनाचा किती चांगला उपयोग झाला.'' ब्रँडी म्हणाली, ''तुमचा काय अनुभव आहे? तुम्ही देशातील एका सर्वांत मोठ्या माध्यम समूहांचे सर्वांत यशस्वी विक्रेता म्हणून नाव कमावलं आहे. तुमच्या या कारकिर्दीत मार्गदर्शकाची भूमिका काय होती?''

''अगदी सुरुवातीपासूनच मला वॉरेन रिग्ज यांच्यासारखे मार्गदर्शक लाभले, हे माझं भाग्य म्हणावं लागेल. त्यांनी मला माझ्या कारकिर्दीसाठी ध्येय आखायला शिकवलं. लोकांना कसं जोडावं आणि निर्मितीक्षम नातेसंबंध कसे प्रस्थापित करावेत, हेदेखील दाखवून दिलं.''

''हे खरोखरच शिकण्यासारखं आहे.''

''मी खूप नशीबवान होते. कारकिर्दीला सुरुवात करत असलेल्या एका तरुणाला मार्गदर्शन करण्याची संधी मला मिळाली, हे माझं भाग्यच! त्या संधीचाही माझ्या आयुष्यावर सकारात्मक प्रभाव पडला आहे.''

''तो कसा काय?''

''त्या तरुणाची आवड शोधण्यासाठी, त्याला मदत करत असतानाच मला माझीच आवड पुन्हा गवसली.''

''वा! हे तर खूपच छान!'' ब्रँडी म्हणाली. ''याबद्दल काही सांगा ना.''

''आम्ही जेव्हा भेटलो तेव्हा तो विक्रेता म्हणून नोकरी करत होता आणि त्यात त्याला खूप संघर्ष करावा लागत होता. आज त्याला त्याच्या कामाची दिशा मिळाली असून तो आता मास्टर्स डिग्रीचा अभ्यास करत आहे. स्वतःची बलस्थानं शोधून ती अधिक विकसित करण्याचं काम तो करत आहे.''

''तुमच्या मार्गदर्शनाची उत्तम छाप त्याच्यावर पडलीय, असं तुमच्या बोलण्यावरून लक्षात येतंय.''

मार्गदर्शन करणारा आणि ते घेणारा, यांच्या नातेसंबंधातील सामर्थ्य हे हजारो उदाहरणांतून प्रदर्शित झालं आहे.

''एकदा का एखाद्या व्यक्तीने आपण मार्गदर्शन घ्यायचं असा निर्णय घेतला की, ते दोघेही स्वतःच्या क्षमता बंधमुक्त करण्यात भागीदार होतात. मग ते मार्गदर्शन, नव्याने कामावर घेतलेल्यांना असू दे, ज्येष्ठत्वाच्या पातळीवरील असू दे किंवा तरुणांनी ज्येष्ठांना केलेलं मार्गदर्शन असू दे. अशी हजारो उदाहरणं आहेत ज्यातून मार्गदर्शन करणारा आणि मार्गदर्शन घेणारा यांच्या नात्यातील सामर्थ्य प्रदर्शित झालं आहे.''

''तुमच्या मार्गदर्शनामुळे एखाद्याच्या आयुष्यात झालेल्या चांगल्या बदलामुळे तुम्हाला नक्कीच खूप समाधान वाटत असेल.''

''हो नक्कीच. माझं आयुष्य बदलण्यास माझ्याकडून मार्गदर्शन घेणाऱ्याने ज्या प्रकारचं योगदान दिलं आहे, ते जास्त आश्चर्यकारक आहे. असं बघ, जॉशची आणि माझी भेट आमच्या दोघांच्याही ओळखीतील एक मैत्रीण, लिंडा पॅट्रिजमुळे झाली. लिंडा माझ्याआधी बिग ब्रदर्स आणि बिग सिस्टर्सच्या लॉस एंजलिस विभागाची अध्यक्षा होती. जॉश या संस्थेत अनेक वर्षं बिग ब्रदर म्हणून काम करत होता. मी जेव्हा लिंडाच्या जागी या पदावर आले, तेव्हा जॉशला संस्थेबद्दल असणाऱ्या माहितीचा मला खूप उपयोग झाला.''

''म्हणजे तुम्ही सांगितलं त्याप्रमाणे, मार्गदर्शनाचे फायदे दुहेरी असतात किंवा एका पिढीतून दुसऱ्या पिढीकडेही जातात.''

''निश्चितच!'' डियान उत्तरली.

''ठीक आहे. समजा, मला मार्गदर्शक व्हायचं आहे तर त्याची सुरुवात मी कुठून करावी?''

''तुला कोणत्या प्रकारच्या मार्गदर्शनात रस आहे यावर ते अवलंबून असेल. जर तुला तरुण व्यक्तीच्या आयुष्यात बदल घडवून आणायचा असेल तर, बिग ब्रदर्स बिग सिस्टर्ससारखी संस्था यथायोग्य आहे. जर तुला व्यावसायिक मार्गदर्शन करण्यात रुची असेल, तर त्यासाठी अनेक संस्था आता औपचारिक मार्गदर्शक कार्यक्रम आयोजित करतात किंवा त्याची योजना बनवत आहेत. जर तुमच्या कंपनीत तसा काही कार्यक्रम नसेल, तर तू सुरुवात करू शकतेस.''

''कशी?'' ब्रँडीने विचारले.

''त्यासाठी तू तुमच्या कंपनीच्या मनुष्यबळ विभागाच्या प्रमुखाशी संपर्क साधणं जास्त योग्य ठरेल. तुझी कल्पना ते उचलून धरण्याची शक्यता अधिक आहे. व्यवस्थापन आणि माहिती संकलनाचं पुष्कळसं काम ते करतील. थोडक्यात, मार्गदर्शक-नातेसंबंधामध्ये ज्यांना रस आहे, अशा कर्मचाऱ्यांना शोधून नंतर मार्गदर्शन घेणारा आणि देणारा यांच्या जोड्या बनवल्या जातात. कोणत्या गोष्टींचा उपयोग होतो आणि कोणत्या नाही याबाबत प्रमुख मार्गदर्शक तत्त्वं प्रदान करणंही तितकंच महत्त्वाचं आहे. आणि शेवटी, मार्गदर्शन प्रक्रिया योग्य दिशेने जात आहे की नाही, याची खातरजमा करण्यासाठी एखादी निरीक्षण प्रणाली वापरली, तर त्याचा अधिक लाभ होतो.''

''मार्गदर्शन करण्याकडे आपला कल नाहीये किंवा तेवढं प्रशिक्षण नाहीये असं जर वाटलं तर काय?''

''तरुणांना मार्गदर्शन करण्यासाठी तुम्हाला कोणत्याही औपचारिक प्रशिक्षणाची आवश्यकता नाही. फक्त काळजी करणारं हृदय आणि त्या व्यक्तीसाठी थोडासा वेळ, एवढं पुरेसं असतं. व्यायसायिकांना मार्गदर्शन करताना, तुमच्या कामातून तुम्हाला वारंवार वेळ काढावा लागणार, याची तयारी ठेवा. दुसऱ्याला केलेल्या मार्गदर्शनातून, आपल्याला आधीच

किती ठाऊक होतं आणि किती शिकता येणार आहे, हे पाहून तुम्हाला आश्चर्य वाटेल.''

ब्रँडीने विचारलेल्या प्रश्नांना पुढची वीस मिनिटं डियान उत्तरं देत होती. यामध्ये विविध पैलू होते : परस्पर सहमतीने निश्चित केलेल्या ध्येयवाक्याचं महत्त्व; एकमेकांशी वचनबद्ध राहून नातेसंबंध दृढ करणे; मार्गदर्शकाच्या ओळखींचा फायदा घेण्याचे योग्य आणि अयोग्य मार्ग; विश्वास दृढ करण्याचे महत्त्व; परस्परांसाठी संधी निर्माण करून त्यांचा पाठपुरावा करणे आणि आपल्या प्रगतीचा मागोवा ठेवणे.

चर्चा चांगलीच रंगात आली असताना डियानला तिच्या हेडफोनमधून मोठ्याने संगीत ऐकू येऊ लागले. मुलाखत संपवण्याचा ब्रँडीने दिलेला तो संकेत होता.

''आपल्या कार्यक्रमाची आता सांगता होत आहे,'' ब्रँडी म्हणाली. ''डियान बर्टमन आज तुम्ही इथे आलात, यासाठी खूप खूप धन्यवाद! मला खात्री आहे की, तुमचे विचार आणि अंतर्दृष्टी आमच्या श्रोत्यांना नक्की उपयोगी पडेल. आमची चर्चा ऐकल्याबद्दल श्रोत्यांचेही धन्यवाद. मी ब्रँडी ऑस्टन, केबीएलएक्स हेडलाईन्सची तुमची होस्ट आता उद्यापर्यंत तुम्हा सर्वांचा निरोप घेते.''

ब्रँडीने क्षणभर वाट पाहिली, कानावरचा हेडफोन काढला आणि डियानकडे बघून हसली. ''तुम्ही खूपच छान मुलाखत दिली,'' ती म्हणाली.

''धन्यवाद. मलादेखील खूप छान वाटलं. सहज म्हणून विचारते, तुमचा कार्यक्रम किती लोक ऐकतात?''

''खात्रीने नाही सांगू शकत, पण पॉडकास्टमध्ये दर महिन्याला ५ लाख डाउनलोड होतात.''

''पॉडकास्ट?'' डियानने विचारलं आणि थांबली. कारण तिला आठवलं की, तिची मुलगी सारा तिच्या जुळ्या मुलींना बाबागाडीतून फिरायला नेताना हा कार्यक्रम नेहमी ऐकत असते.

''आमची पॉडकास्ट अत्यंत लोकप्रिय आहेत. खरं तर, व्यवसाय विभागासाठी आमचं प्रसारण वाढवण्याचा आम्ही विचार करत आहोत. यावर्षी आम्हाला काही नवीन अनुदानपण मिळालं आहे, त्यामुळे आम्हाला खूप चांगली टीम बनवता येईल. लवकरच आम्ही ते सुरू करणार आहोत.''

''तू व्यवसाय विभाग म्हणालीस का?'' डियान म्हणाली.

''हो. आमच्या रोजच्या रेडिओ शोमध्ये व्यावसायिक सल्ले हा नेहमीच लोकप्रिय कार्यक्रम राहिला आहे.''

डियानच्या डोक्यात विचारचक्र सुरू झालं.

जॉशला कधी अशा प्रकारचं काम करायला आवडू शकेल का? त्याला गोष्टी सांगण्याची आणि लोकांशी बोलायची आवड होतीच. जॉश या कार्यक्रमाची संहिता लिहितो आहे, असं तिला दिसू लागलं.

''तू म्हणालीस की, तुम्ही लवकरच त्याची सुरुवात करणार आहात. मी एका हुशार तरुणाला मार्गदर्शन करते आहे. तो पब्लिक रिलेशन्स आणि कम्युनिकेशन्समध्ये मास्टर्स करतो आहे. मास्टर्ससाठी त्याला प्रबंध तर लिहावा लागेलच. कदाचित तुमच्या श्रोत्यांसाठी एखादी संहिता लिहून द्यायला तो मदत करेल. तू त्याच्याशी एकदा बोलशील का?''

''मला नक्की बोलायला आवडेल.'' ब्रँडी म्हणाली.

*

घरी आल्याआल्या डियानने जॉशला फोन करून ब्रँडीशी झालेलं संभाषण सांगण्याचं ठरवलं; पण त्याआधीच तिच्या व्हॉईस मेलमध्ये जॉशचा मेसेज आला होता :

> डियान, तुमची रेडिओवरची मुलाखत फारच कमाल होती. तुमची आवड परत मिळवून देण्यात खरंच तुम्हाला माझी मदत झाली आहे का? तुम्हाला वेळ मिळेल तेव्हा मला फोन करा.

डियानने जॉशचा नंबर फिरवला आणि त्यानेही तो तत्काळ उचलला.

''तुझ्या व्हॉईस मेलबद्दल आभार जॉश. खरंच, माझी आवड परत मिळवून देण्यात मला तुझी खूप मदत झाली. रेडिओची मुलाखत आटोपून घरी येत असताना माझ्या डोक्यात हेच विचार घोळत होते की, आपल्या नात्याने पिढीचं अंतर ओलांडलं आहे. या नात्याचा आता आपल्या दोघांनाही फायदा होतोय.'' ती म्हणाली.

''मी सहमत आहे तुमच्याशी. तुम्ही नसता तर ना माझी जॉयसॉफ्टमधली नोकरी टिकली असती, ना मास्टर्स करण्याचं सुचलं असतं.''

"तुझ्या मास्टर्स डिग्रीवरून आठवलं, मुलाखतीनंतर ब्रँडी म्हणाली की, केबीएलएक्स व्यावसायिक विभाग पण सुरू करणार आहे. त्यावरून मला एक छान कल्पना सुचली. त्यांना या कार्यक्रमाच्या संहिता लिहिण्यासाठी मदत करणं हा कदाचित तुझ्या मास्टर्ससाठीच्या प्रबंधाचा विषय होऊ शकतो."

"खरंच फारच सुरेख कल्पना आहे! मी आता अभ्यासक्रमाच्या अशाच टप्प्यावर आलो आहे, जिथे मला त्यांनी प्रबंधासाठी विषय निवडायला सांगितलं आहे."

"ठीक आहे. मी ब्रँडीची आणि तुझी भेट घालून देते; पण त्याआधी मला वाटतं, तू तुझ्या बॉसला याबाबतीत सांगावंस."

*

"तयार?"

जॉशने इव्हाकडे, त्याच्या बॉसकडे नजर उंचावून बघितलं आणि त्याच्या शरीरातून उत्साहाची एक लाट सळसळल्याचं त्याला जाणवलं. शिवाय, काही महिन्यांपूर्वीच झालेल्या त्या निराशाजनक रिव्ह्यू मीटची परिस्थिती आणि आताची परिस्थिती यांत खूप फरक असल्याचंही त्याच्या लक्षात आलं.

"तयार." त्याने उत्तर दिलं.

इव्हाच्या ऑफिसमध्ये, जॉशने तिला त्याच्या मास्टर्स डिग्रीविषयी तसंच, प्रबंधासाठी केबीएलएक्सच्या व्यवसायविषयक विभागासाठी संहिता हा विषय निवडल्याचंही सांगितलं.

"जॉश, मला असं वाटतं की, जरी या नोकरीत तुझी कामगिरी चांगली होत असली, तरीदेखील इथल्या विक्रीक्षेत्रातल्या नोकरीपेक्षा कम्युनिकेशन्समधील अभ्यासातच तुझं मन जास्त रमतंय."

"इतक्या ठळकपणे जाणवतंय का?"

"हो, खरंच. त्यामुळे मी असा विचार करत होते की, तू आपल्या कंपनीच्या कम्युनिकेशन्स विभागाच्या प्रमुखांशी बोलशील का? नुकतीच मी त्यांच्याशी चर्चा करत असताना असं कळलं की, त्यांना त्या विभागाचा विस्तार करायचा आहे. तुझ्यासाठी ही चांगली संधी असू शकते. अर्थात त्यामुळे माझं थोडं नुकसान होईल."

जॉश गोंधळलेला दिसत होता. ''धन्यवाद.''

''मी तुला दुसऱ्या विभागात जायचा सल्ला दिल्यामुळे तुझा उडालेला गोंधळ तुझ्या चेहऱ्यावरून स्पष्ट दिसतोय. तू हे समजून घे की, मी या कंपनीत अनेक वर्षं काम केलं आहे. या इतक्या वर्षांत मी दोन गोष्टी शिकले. पहिली, कंपनीसाठी जे हितकारक आहे, ते माझ्यासाठीदेखील चांगलं आहे. दुसरी, जर तुझ्यासारख्या हुशार तरुणांना, कंपनी अंतर्गतच तुमची कारकीर्द घडवण्यात आम्ही मदत केली नाही, तर तुमच्या प्रतिभेचा उपयोग तुम्ही दुसरीकडे कराल, ही जोखीम कंपनीला राहते.''

एका मिनिटात मर्म

थांबा, मनन करा आणि शिका.

- संधींबाबत मार्गदर्शन करण्याचे अनेक प्रकार आहेत. त्यातील काही खालीलप्रमाणे :
    - **नव्याने रुजू झालेल्यांना मार्गदर्शन :** बऱ्याच कंपन्यांनी नव्याने रुजू झालेल्या कर्मचाऱ्यांसाठी मार्गदर्शनपर कार्यक्रम विकसित केला आहे. त्यामागची संकल्पना अगदी सोपी आहे : नव्या कर्मचाऱ्याची जुन्याशी हातमिळवणी करून द्या. मग बघा, नवीन कर्मचारी कसा पटापट शिकतो ते!
    - **कंपनीच्या अनुषंगाने सहकर्मचाऱ्यांचं एकमेकांना मार्गदर्शन :** यामध्ये कंपनीतल्या कंपनीत, सहकर्मचारी एकमेकांना मार्गदर्शन करतात.
    - **एका पिढीकडून दुसऱ्या पिढीला मार्गदर्शन :** या प्रकारच्या मार्गदर्शनात, परस्पर लाभ आणि वृद्धीसाठी दोन वेगळ्या पिढींमधील व्यक्ती सामील असतात. बरेचदा, अशा मार्गदर्शनात, मार्गदर्शन करणारा आणि घेणारा यांचे संबंध अधिक दृढ होतात.
    - **प्रौढ आणि तरुण यांच्यातील मार्गदर्शन :** बिग ब्रदर्स बिग सिस्टर्ससारख्या संस्था, आदर्श आणि सकारात्मक मार्गदर्शनासाठी युवकांची प्रौढ व्यक्तीबरोबर जोडी जुळवून देतात.
- तुमचं मार्गदर्शन कोणत्याही प्रकारचं असू दे; परंतु तुमचे अनुभव तुम्ही इतरांना सांगणं आणि त्यांनी त्यातून बोध घेऊन स्वत:चा लाभ करून घेणं, हे महत्त्वाचं असतं.

कृती करा

संधी

तुमच्या मार्गदर्शकाच्या किंवा मार्गदर्शन घेणाऱ्याच्या अभिवृद्धीसाठी संधी निर्माण करा.

पुनरावलोकन आणि नूतनीकरण

उर्वरित वर्षात जॉश आणि डियान अगदी वारंवार नाही, तरी नियमितपणे भेटत राहिले. त्यांच्या पहिल्या भेटीचा वाढदिवस त्यांनी त्यांच्या नेहमीच्या बे साईड ग्रिलमध्ये भेटून साजरा केला.

''आपण भेटून एक वर्ष झालं यावर विश्वासच बसत नाहीये,'' डायनिंग रुमकडे नजर फिरवत जॉश म्हणाला. ''आणि या वर्षभरात इतकं काही घडून गेलं.''

''इतक्या वर्षांत एवढं प्रदीर्घ वर्ष मी कधीच अनुभवलं नव्हतं.'' डियानने सहमती दर्शवली.

''मग, आज तुम्ही काय ठरवलं आहे?''

''जेव्हा आपण मार्गदर्शनाला सुरुवात केली, तेव्हा आपण ठरवलं होतं की, वर्षाच्या शेवटी आपण कुठपर्यंत पोहोचलो आहोत ते तपासायचं आणि आज मी तेच करायचं ठरवलं आहे.''

डियानने तिच्या वॉलेटमधून एक बिझनेस कार्ड बाहेर काढलं आणि जॉशच्या हातात दिलं.

''तुला हे आठवतंय का?''

जॉशने ते कार्ड बोटात धरलं. त्याच्यावर काळ्या रंगात लहान अक्षरात छापलं होतं :

मार्गदर्शन ध्येयवाक्य

जॉशला कामाप्रति स्पष्टता आणि आवड पुन्हा प्राप्त करून देण्यास मदत करणं हेच आमचं ध्येय आहे.

''तुम्ही हे लॅमिनेट करून घेतलं आहे?'' जॉशने हसत हसत विचारलं.

''अर्थातच! मी विचार केला की, हीच तुझ्यासाठी वर्षाखेरीची छानशी भेट असेल. लॅमिनेशनमुळे त्याचा कोपरादेखील दुमडला जाणार नाही.'' डियान म्हणाली.

—

ध्येयवाक्य नसल्यास तुम्हाला कुठे जायचं आहे, तेच तुम्हाला कळणार नाही. तसंच, जर नियमित पुनरावलोकन केलं नाहीत तर तुम्ही ध्येयापर्यंत पोहोचला आहात, हे तुमच्या कधीच लक्षात येणार नाही.

—

''इलेक्ट्रॉनिक कॉपीचा हा फायदा असतो.'' जॉश डोळे मिचकावत म्हणाला. त्याने त्याचा फोन काढला, त्यातील एक ॲप सुरू केलं आणि स्क्रीनवर डियानला त्याचं ध्येयवाक्य दाखवलं. ''याच्या कडा कधीही चुरगळत नाहीत.''

''तोडीस तोड!'' डियान हसत म्हणाली.

''मग, आजची भेट काय वार्षिक कामगिरी आढावा बैठकीसारखी होणार आहे का?'' जॉशने विचारले.

''काहीशी तशीच.'' डियान म्हणाली. ''तुला आठवतं, मी तुला म्हटलं होतं की, जर तू ध्येयवाक्य निर्माण केलं नाही तर तुला काय साध्य करायचं आहे तेच कळणार नाही? तसंच, आपण नियमितपणे मागे वळून पाहिलं नाही, तर आपण ध्येय साध्य केलंय हेदेखील आपल्याला कधीच

लक्षात येणार नाही. मूळ उद्दिष्ट गाठण्यासाठी आपण काय काय केलं ते आज मी बघणार आहे.''

''हे योग्य वाटतंय.'' जॉश म्हणाला.

''तर मग, आपण आपलं ध्येय साध्य केलं असं तुला वाटतं का? तुझ्या जीवनातील तुझ्या कार्याबद्दलची स्पष्टता आणि उत्कटता परत मिळवून देण्यास आपल्या मार्गदर्शनपर नात्याची तुला मदत झाली का?''

''उत्तर नि:शंकपणे हो असंच आहे.'' त्याने त्या शब्दाचा जरा मोठ्यांदा पुनरुच्चार केला. ''हो, हो, आणि हो! मी आता मास्टर्स डिग्री घेणार आहे. केवळ इतकंच नाही, तर जॉयसॉफ्टच्या विक्री विभागातून माझी कम्युनिकेशन्स विभागात बदली करण्यात आली आहे आणि हे नवीन काम मला खूप आवडतंय. मी खूप लिखाण करतोय आणि सृजनात्मक विचारमंथन करतोय. मला हे काम, 'काम' वाटतच नाही.''

''अभिनंदन! मी मागे जे बोलले होते, ते तू सिद्ध करून दाखवतो आहेस. जर तुमचं तुमच्या कामावर प्रेम असेल, तर आयुष्यात तुम्हाला एकही दिवस काम करावं लागणार नाही.''

''डियान, मला तुमचे आभार मानायचे आहेत. मला वाटतं, मला माझं आवडतं काम करायला मिळणं हेच मार्गदर्शनाचं मोठं फलित आहे.''

''हे ऐकून मलाच खूप छान वाटतंय. खरं तर वॉरेनने असं घडेल हेच बजावलं होतं तरीदेखील, या नात्यातून माझाही कायापालट होईल, अशी मला अजिबात अपेक्षा नव्हती.''

''तुम्ही चांगल्या अर्थानेच म्हणत असाल.'' जॉश म्हणाला.

''नक्कीच. इतरांसारखं, क्वेस्टमधून बाहेर पडल्यावर कंटाळवाणं आयुष्य जगत राहण्यापेक्षा मला पुन्हा माझ्या कार्यक्षेत्राबद्दल आवड निर्माण झाली आहे. बिग ब्रदर्स बिग सिस्टर्सची शाखाध्यक्ष असण्याने माझ्या कार्याला नवा अर्थ प्राप्त झाला आहे आणि काही महत्त्वाच्या कामांसाठी मला आता वेळ काढता येतो, जसं; नातींना खेळवणं.''

''हे खूपच छान झालं! आपल्या एकत्र येण्याचा फक्त मलाच फायदा झाला नाही, हे ऐकून मला खूप आनंद झाला आहे.'' जॉश म्हणाला.

''पण तुझं कर्तृत्वदेखील विचारात घे. एक होरपळलेला, अपयशी विक्रेता, ज्याच्या कामगिरीत सतत चढ-उतार होत होता, तिथपासून ते

तुझ्या चमूतील ठोस कामगिरी करणारा, असा तुझा प्रवास होता. या सर्व प्रक्रियेमधून, आपल्याला नेमकं कोणतं काम करायचं आहे याची स्पष्टता तुला आली आणि आत बघ, तुझी कशी घोडदौड सुरू आहे.'' डियान म्हणाली.

''खरं आहे. म्हणजे मला म्हणायचं आहे की, जेव्हा जॉयसॉफ्टमधलं काम अवघड वाटत होतं, तेव्हा त्यापासून पळ काढणं हा सोयीस्कर मार्ग होता. विशेषत: जेव्हा सेल्समधलं माझं भविष्य अंधारमय आहे हे मला समजायला लागलं तेव्हा; पण मी तिथेच घट्ट पाय रोवून उभा राहिलो. माझी कामगिरी सुधारत गेली आणि यामुळेच माझं ध्येय बदलण्यासाठी आणि कम्युनिकेशन्स विभागात बदली होण्यासाठी लागणारा विश्वास परत मिळवता आला.'' जॉश म्हणाला.

''मग आता पुढे काय करायचं ठरवलं आहेस?'' डियानने विचारलं.

''निश्चित असं ठरवलं नाही, पण मार्गदर्शकाशिवाय राहण्यास अजून माझी तयारी नाही. हे नातेसंबंध आणखी एक वर्ष आपण वाढवायचे का?''

''मलादेखील तुला हेच विचारायचं होतं की, तुला आपली मार्गदर्शक भागीदारी सुरू ठेवायची आहे की नाही?''

''हो तर! मला सुरू ठेवायची आहे.'' जॉश म्हणाला.

''मग तर मी म्हणेन सेलिब्रेशन झालंच पाहिजे.''

संकेत मिळाल्यासारखा एक वेटर फेसाळत्या पेयाचे काठोकाठ भरलेले दोन पेले घेऊन आला.

जॉशचे डोळे विस्फारले.

''वा... डियान... खरं तर मी दुपारी मद्यपान करत नाही.''

''काळजी करू नकोस. एका प्रसिद्ध फ्रेंच फळबागेतल्या पेअरचा हा रस आहे. मद्य नाहीये ते, पण मला वाटतं ते शँपेनसारखं दिसतंय.'' डियान आपला पेला उंचावत म्हणाली.

जॉशनेदेखील पेला उचलून एक घोट घेतला, त्याला ते पेय खूपच आवडलं.

एका मिनिटात मर्म

थांबा, मनन करा आणि बोध घ्या.

- मार्गदर्शन प्रक्रियेमध्ये पुनरावलोकन हा महत्त्वाचा टप्पा आहे. जोपर्यंत तुम्ही मागे वळून, आपण किती पल्ला गाठलाय हे पाहत नाही, तोपर्यंत आपण ध्येयापर्यंत पोहोचलो की नाही हे तुम्हाला समजणारच नाही.
- यश साजरं करायला विसरू नका! मार्गदर्शनासाठी प्रयत्न आवश्यक असतात. तुमच्या ध्येयपूर्तीचं यश साजरं करा.
- काही मार्गदर्शक नातेसंबंध वर्षानुवर्षं सुरू राहतात, तर काही मर्यादित कालावधीपुरतेच टिकतात. आपल्या मार्गदर्शक नात्याबाबत काय योग्य आहे, याची मार्गदर्शन देणाऱ्या अथवा घेणाऱ्यासोबत चर्चा करा.

कृती करा

पुनरावलोकन आणि नूतनीकरण

आपल्या प्रगतीचं पुनरावलोकन करण्यासाठी आणि मार्गदर्शक नातेसंबंधात नाविन्यता आणण्यासाठी ठराविक कालावधी ठरवून घ्या.

मार्गदर्शन – एक अव्याहत काम

दोन वर्षांनी, डियान बिग ब्रदर्स बिग सिस्टर्सच्या कार्यालयात काम करत असताना तिला तिच्या एका जुन्या मित्राचा फोन आला.

''वॉरेन!'' डियानने त्याचा आवाज ताबडतोब ओळखला. ''खूप दिवसांनी तुझ्याशी बोलताना इतकं छान वाटतंय. इथे बसल्या बसल्या, संस्थेच्या शाखा-अध्यक्षाचं काम मला किती आवडतंय याचाच विचार मी करत होते आणि त्याचं सगळं श्रेय तुम्हालाच आहे. हे फक्त तुमच्यामुळेच शक्य झालं.''

''असं? ते कसं काय?''

''मी मार्गदर्शक बनावं असा जर तुम्ही आग्रह धरला नसता, तर कदाचित आज मी क्वेस्ट मीडिया कंपनीसाठी सतत दौऱ्यांवर फिरत राहिले असते किंवा निवृत्तीनंतरचं कंटाळवाणं आयुष्य ढकलत राहिले असते. पण दुसऱ्या कुणाला मार्गदर्शन करण्यासाठी मला प्रवृत्त केल्याबद्दल मी तुमची आभारी आहे. कारण त्यामुळेच मला माझी योग्य दिशा सापडली. तुम्ही जसं सांगितलं तसंच घडलं.''

''मला हे ऐकून खरंच खूप आनंद झाला आहे. आपण तुझ्या मार्गदर्शनाबद्दल बोलू. जॉशचं कसं चाललंय?''

"खूपच छान. तो कंपनीच्या कम्युनिकेशन्स विभागात गेल्यापासून त्याच्या कामाला धार आलीय. तिथे लगेचच त्याला व्यवस्थापकपदी बढती देण्यात आली. सध्या तो त्याच्या प्रकल्पात इतका व्यग्र आहे की, त्याला आपल्या कामातला आणि मनोरंजनातला फरकच कळत नाही, असं तो मला सांगतो."

"ही तर खूप छान बातमी आहे. आणि तुझं काय डियान? तुला माझ्याशी कोणत्या विषयावर बोलायची इच्छा आहे का?"

आपल्या आयुष्यातल्या एका टप्प्यावर मार्गदर्शक असलेली व्यक्ती हीच अन्य दुसऱ्या टप्प्यावरदेखील मार्गदर्शक असेल, असं नाही.

"खरं सांगायचं तर, हो. मला एक प्रश्न विचारायचा आहे. मी आता जॉशला तीन वर्षांहून जास्त काळ मार्गदर्शन करत आहे. अर्थात, सुरुवातीला आम्ही जसं वरचेवर भेटायचो, तसं आता भेटत नाही; तरीदेखील मला वाटतं की, तो अजूनही मला मार्गदर्शकच मानतो. आता यापुढे काय करायचं?"

"चांगला प्रश्न आहे, पण या प्रश्नाचं निश्चित उत्तर देता येईल का, याबद्दल मी साशंक आहे. मला वाटतं या प्रश्नाचं उत्तर हे तुम्हा दोघांमध्येच दडलेलं आहे." वॉरेन म्हणाला.

"जरा सविस्तर सांगा." डियान म्हणाली.

"काही लोकांसाठी मार्गदर्शक नातेसंबंध कधीच संपुष्टात येत नाहीत. आता आपल्या दोघांचं बघ! गेली पस्तीस वर्षं आपण या नात्यात आहोत. नाही का?"

डियान हसली. "मला तुमचा मुद्दा समजला."

"इतरांसाठी मार्गदर्शक नातेसंबंध एका विशिष्ट काळापुरते मर्यादित असतात. ध्येयपूर्तीनंतर मार्गदर्शकाच्या आणि मार्गदर्शन घेणाऱ्याच्या वाटा वेगळ्या होतात."

"तुम्ही म्हणता ते खरं आहे. लोकांमध्ये बदल होतात, त्यांची प्रगती होते. आपल्या आयुष्यातल्या एका टप्प्यावर मार्गदर्शक किंवा सल्लागार

असलेली व्यक्ती हीच अन्य दुसऱ्या टप्प्यावरदेखील मार्गदर्शक असेलच असं नाही, हे माझ्या लक्षात येतंय.''

''खरंय!'' वॉरेन म्हणाला. ''पण एक गोष्ट मात्र नक्की आहे. प्रत्येकाला मार्गदर्शकाची आवश्यकता असतेच आणि प्रत्येकाला मार्गदर्शन घेण्याची गरज असते.''

*

जॉश त्याच्या टेबलावरच्या कॉम्प्युटरच्या स्क्रीनकडे पाहत होता. त्याच्या चेहऱ्यावर कमालीची उत्सुकता होती. ई-मेलच्या इनबॉक्समधील मेल त्याने चाळले. त्याला तो काळ आठवला, जेव्हा समोरच्या कामाकडे पाहून त्याला घाम फुटत असे. त्यांच्या विविध प्रकल्पांबाबतचे ते मेल पाहून त्याला कमालीचा उत्साह वाटला. कुठला मेल पहिला उघडावा असा विचार करत असतानाच, एका शीर्षकावर त्याची नजर खिळली :

मार्गदर्शक नातेसंबंध?

ई-मेलच्या ॲड्रेसवरून कळत होतं की, तो मेल कंपनीमधीलच कुणीतरी पाठवला होता; पण तो नाव ओळखू शकला नाही. कुतूहलाने त्याने त्या ई-मेलवर क्लिक केलं आणि वाचायला सुरुवात केली.

प्रिय जॉश,

तू मला ओळखत नाहीस, पण माझ्या मित्राला, एरिक एग्विलर याला तू ओळखत असशील. तो तुझ्याचबरोबर काम करत असे. त्याने मला, तुझा सेल्समधून कम्युनिकेशन्स विभागाच्या व्यवस्थापकपदापर्यंत झालेला प्रवास सांगितला. तू मार्गदर्शकासोबत कसे काम केलेस आणि त्याने तुला तुझी उत्कटता (आवड) शोधून देण्यात कशी मदत केली ते त्याने मला सांगितले

मी वित्त विभागात काम करतो आणि मला माझं काम आवडतं. पण तुला अगदी प्रामाणिकपणे सांगायचं तर, माझ्या पुढल्या कारकिर्दीचा मार्ग मला इथे धूसर वाटतोय.

तू कुणा मार्गदर्शन घेणाऱ्याच्या शोधात असशील, असा विचार मी करत नाही. तथापि, तुझ्या कारकिर्दीचा यशस्वी मार्ग शोधण्यात तुला नक्कीच यश मिळालं. एरिक म्हणतो की, तू एक चांगला माणूस आहेस. तो तुझी खूप प्रशंसा करत असतो. माझी अशी इच्छा आहे की, निदान एका तरी मुद्यावर तू मला योग्य दिशा दाखववावीस. जेणेकरून त्या वाटेने कसं जायचं, हे मला ठरवता येईल.

माझा मेल वाचल्याबद्दल धन्यवाद. जर तुला यात स्वारस्य वाटत असेल तर मला उत्तर पाठव किंवा खालील नंबरवर फोन कर.

ख्रिस सिंगर

एक्सटेन्शन २८२७

क्षणभर विचार करून, जॉशने ख्रिसला फोन केला.

''मार्गदर्शक होण्याची विनंती करणारा तुझा मेल मला आत्ताच मिळाला.'' स्वत:चा परिचय करून दिल्यानंतर जॉश म्हणाला, ''मला तुला भेटायला आवडेल. एरिकचा कोणताही मित्र वाईट असू शकत नाही.''

ख्रिस हसला. ''म्हणजे हा होकार आहे असं समजायचं का?''

''तसं समजण्यात थोडीशी घाई होईल. आपल्याला एकत्र काम करायचं आहे का, हे समजून घेण्यासाठी अगोदर आपल्याला एक दोन टप्पे पार पाडावे लागतील. पण ठीक आहे, मला हे अन्वेषण करायला आवडेल.''

''खूप खूप धन्यवाद! हा खरंच तुझा चांगुलपणा आहे. मी तुझे उपकार कसे फेडू कळत नाहीये.''

''तुला माझ्या उपकारांची परतफेड करायची गरज नाही, पण माझा एक आग्रह आहे.''

''कोणता?''

''जर आपले मार्गदर्शक नातेसंबंध फलद्रूप झाले आणि त्याची तुला मदत झाली, तर ते नातं तू दुसऱ्या कुणाशीतरी जोडून पुढे न्यायचंस...''

मार्गदर्शक बना

भाग २

आदर्श मार्गदर्शन

आमच्या कथेमधून तुम्हाला मार्गदर्शनासंबंधी काही महत्त्वाचे धडे मिळाले असतील, अशी आम्हाला आशा आहे. आतापर्यंत प्रत्येक प्रकरणानंतर, ज्या कार्यपायऱ्यांसंबंधी सांगितले होते, त्यांची उजळणी आपण या भागात करणार आहोत. चाणाक्ष वाचकांच्या लक्षात आलंच असेल की यातील सर्व टप्पे, इंग्रजी MENTOR या शब्दाच्या आद्याक्षराशी मेळ खातात.

Mission

Engagement

Network

Trust

Opportunity

Review and Renewal

चला तर, यातील प्रत्येक पायरी कशी आणि का उपयुक्त आहे, हे शोधण्यासाठी त्याची उजळणी करू या.

M = MISSION ध्येय

कृती करा :

आपल्या भावी मार्गदर्शक भागीदारीसाठी एक दृष्टी आणि उद्देश तयार करणं आवश्यक आहे.

आतला आवाज :

कोणत्याही कार्यनातेसंबंधातील पहिली पायरी म्हणजे स्पष्ट ध्येयवाक्य तयार करणे.

लक्षात असू द्या :

- तुमच्या सर्वश्रेष्ठ मूल्यांमध्ये जो सहभागी असेल असा मार्गदर्शक किंवा मार्गदर्शन घेणारा शोधणं हे महत्त्वाचं आहे.
- तुमच्या भावी सल्लागाराशी किंवा सल्ला घेणाऱ्याशी सौजन्याने आणि आदराने वागा. त्या नात्याचं फलित काहीही असलं तरी, त्यांनी आपला वेळ दिल्याबद्दल त्यांचे आभार माना.
- तुमचं उद्दिष्ट निश्चित करण्यासाठी एक संक्षिप्त ध्येयवाक्य तयार करा आणि तुमची मार्गदर्शक भागीदारी त्या दिशेने न्या.
- मार्गदर्शनाचा दुहेरी फायदा आहे. मार्गदर्शन घेणारादेखील आपलं ज्ञान, विचार मार्गदर्शकाला प्रदान करू शकतो.

E = ENGAGEMENT वचनबद्धता

कृती करा :

तुमचं व्यक्तिमत्त्व आणि व्यग्रता यांना पूरक ठरणाऱ्या पद्धतींशी सहमत व्हा.

आतला आवाज :

प्रत्यक्ष नसली, तरी कोणत्याही प्रकारे नियमितपणे भेटण्याची बांधिलकी ठेवा.

लक्षात असू द्या :

- तुमच्या व्यक्तिमत्त्वाला सर्वांत पूरक ठरेल अशी वचनबद्धता निश्चित करा. तुमचा मार्गदर्शक अथवा तुमच्याकडून मार्गदर्शन घेणारा मनमोकळ्या स्वभावाचा आहे की लाजाळू, अंतर्मुख आहे? खूप आधी निश्चित केलेल्या वेळेनुसार काम करण्याकडे त्यांचा कल आहे की ई-मेल आणि फोनवर बोलण्यावर आहे?
- मार्गदर्शक भागीदारीमध्ये, डिजीटल माध्यमाद्वारे तसंच जेव्हा गरज पडेल तेव्हा व्यक्तिश: भेटीद्वारे संवाद साधण्याची तयारी असली पाहिजे.

N = NETWORKING ओळखींचं जाळं

कृती करा :

मार्गदर्शन घेणाऱ्या अथवा देणाऱ्याच्या ओळखींतून आपले लोकसंपर्काचे जाळे विस्तारत न्या. पण लक्षात ठेवा : तुमच्या भागीदाराने सांगितलेल्या ओळखी जरा काळजीपूर्वकच हाताळा.

आतला आवाज :

फलदायी नातेसंबंधांची जोपासना करणं ही यशाची गुरूकिल्ली आहे.

लक्षात असू द्या :

- लोकसंपर्क हा दुहेरी मार्ग आहे – तुमचा मार्गदर्शक असेल किंवा तुमच्याकडून मार्गदर्शन घेणारा असेल, दोघांच्याही माध्यमातून लोकसंपर्क विस्तारू शकतो.
- तुमच्या मार्गदर्शक भागीदाराने तुम्हाला सांगितलेल्या ओळखी काळजीपूर्वक हाताळणं आवश्यक आहे.
- लोकसंपर्क म्हणजे तुमच्या मार्गदर्शक भागीदाराच्या ओळखीच्या लोकांबरोबर प्रत्यक्ष संपर्क साधणे इतकंच नाही. तर, सोशल मीडियासारख्या माध्यमातून एकाच वेळी अनेकांशी साधलेला संपर्कदेखील उपयुक्त ठरू शकतो.

T = TRUST विश्वास

कृती करा :

तुमच्या मार्गदर्शनातील भागीदाराला सत्य सांगून, त्याच्या संपर्कात राहून, त्याच्यावर भरवसा ठेवून त्याच्या मनात विश्वास निर्माण करा आणि तो जपा.

आतला आवाज :

विश्वास निर्माण करण्यास वेळ लागतो आणि तो नष्ट व्हायला एक क्षणही पुरेसा असतो.

लक्षात असू द्या :

- जसजशी मार्गदर्शक भागीदारी गहिरी होत जाईल, तसतसा विश्वासही खोल रुजायला हवा.
- सुसंवाद घडत नसेल, तर लगेच एकमेकांना सांगा. त्यामुळे विश्वासाला धक्का बसणार नाही.
- तुमच्या मार्गदर्शक भागीदाराबरोबरच्या प्रामाणिक आणि मोकळ्या संवादामुळे दोघांमधील विश्वास दृढ होतो आणि नातं वरच्या पातळीवर जातं.

O = OPPORTUNITY संधी

कृती करा :

तुमच्या मार्गदर्शकाच्या किंवा मार्गदर्शन घेणाऱ्याच्या विकासासाठी संधी निर्माण करा.

आतला आवाज :

मार्गदर्शनातील भागीदार म्हणून तुम्हाला अशा वैयक्तिक किंवा व्यावसायिक संधी मिळत असतील, ज्या गैर-मार्गदर्शकांना मिळत नसतील.

लक्षात असू द्या :

- मार्गदर्शन भागीदारी हा दुतर्फा रस्ता आहे. इथे दोन्ही भागीदार एकमेकांकडे संधीची देवाण-घेवाण करू शकतात.
- दोन पिढ्यांतील मार्गदर्शन अथवा ज्याला एका पिढीकडून दुसऱ्या पिढीला मार्गदर्शन असं ओळखला जातो तो मार्ग, काळाच्या कसोटीवर खरा उतरलेला आणि नवीन ज्ञानाची देवाण घेवाण करून संधी निर्माण करणारा उत्तम तसेच प्रभावी मार्ग आहे.
- डिजीटल माध्यमामुळे संपर्कक्षेत्र विस्तारलं जातं. त्यामुळे मार्गदर्शकासाठी किंवा मार्गदर्शन घेणाऱ्यासाठी नवीन संधी निर्माण होतात.

R = REVIEW AND RENEWAL पुनरावलोकन आणि नूतनीकरण

कृती करा :

आपल्या प्रगतीचं पुनरावलोकन करा आणि मार्गदर्शक नातेसंबंधात नवीनता आणण्यासाठी ठरावीक कालावधी ठरवून घ्या.

आतला आवाज :

जर तुम्ही ध्येयवाक्य ठरवलं नाही, तर तुम्हाला काय साध्य करायचं आहे हे कधीच समजणार नाही. तसंच जर त्याचे नियमित पुनरावलोक केलं नाही तर ते ध्येय साध्य झालंय, हेदेखील तुम्हाला कळणार नाही.

लक्षात असू द्या :

- पुनरावलोकनाची नियमितता ठरवा. जसं, वर्षातून एकदा. नियमित पुनरावलोकनामुळे मार्गदर्शक आणि मार्गदर्शन घेणारा दोघांनाही आपली वाटचाल समजते.
- जेव्हा तुम्ही ध्येयवाक्य बनवता, तेव्हाच कॅलेंडरवर त्यासंबंधीच्या पुनरावलोकनाचं वेळापत्रक लिहून ठेवा.
- जर आढावा घेताना, ध्येयपूर्ती होत नाहीये किंवा झाली नाहीये असं तुमच्या लक्षात आलं, तर त्याकरता काय करता येईल याची नवी योजना तयार करा.

संघटनेत मार्गदर्शक कार्यक्रमाची सुरुवात

अनेक कंपन्यांच्या हे लक्षात आलं आहे की, औपचारिक मार्गदर्शक कार्यक्रम अनेक कर्मचाऱ्यांना यशस्वी होण्यासाठी मदत करू शकतात. कंपनीअंतर्गत राबवलेल्या अशा मार्गदर्शक कार्यक्रमातून कंपनीलाही कित्येक लाभ होतात. जसं; कर्मचारी अधिक प्रशिक्षित होतात, त्यांची वचनबद्धता वाढते (ते जास्त वचनबद्ध होतात), कंपनी सोडून जाणाऱ्यांची संख्या कमी होते, नेतृत्वविकास होतो आणि इतरही लाभ होतात. परिणामी, जागोजागी कॉर्पोरेट मार्गदर्शक कार्यक्रम राबवले जात आहेत.

जर तुम्ही तुमच्या कंपनीसाठी मार्गदर्शक कार्यक्रमाची रचना करण्यास उत्सुक असाल तर पुढील गोष्टी ध्यानात ठेवा.

१. **तुमच्या मनुष्यबळ विभागापासून सुरुवात करा.** स्वतंत्र मनुष्यबळ विभाग असलेल्या अशा एखाद्या मोठ्या कंपनीत तुम्ही काम करत असाल तर सर्वप्रथम, या कल्पनेसंबंधी तुम्ही या विभागात चर्चा करा. याआधी या कल्पनेचा विचार केला गेला होता का? मनुष्यबळ विभाग तुमच्या प्रस्तावाची दखल घेऊन यासाठी पुढाकार घेऊ शकतो का? जर हा कार्यक्रम राबवायचा ठरला, तर तुम्ही काय मदत करू शकता? जर मनुष्यबळ विभागातील कर्मचाऱ्यांच्या मनात तुम्ही या

कार्यक्रमाबाबत उत्सुकता निर्माण करू शकलात, तर या कार्यक्रमाची रचना करण्यासाठी तुम्हाला त्यांच्या अनुभवाची, कौशल्याची मदत होईल. या प्रक्रियेत सामान्यत: ज्या कर्मचाऱ्यांना मार्गदर्शक भागीदारी करण्यात रस आहे, त्यांचा शोध घेऊन त्यांच्या जोड्या जुळवल्या जातात.

२. **मार्गदर्शक आणि मार्गदर्शन घेणारा यांना आदर्श मार्गदर्शन म्हणजे काय ते शिकवणे.** बऱ्याच वेळा मार्गदर्शन करण्याची क्षमता असलेल्या व्यक्तीदेखील मार्गदर्शन करायला घाबरतात कारण आपल्याकडे आवश्यक ते ज्ञान नाही, असं त्यांना वाटतं. प्रत्यक्षात वस्तुस्थिती त्याच्या विरूद्ध असते. जीवनानुभव हे यशस्वी मार्गदर्शकाच्या सर्वांत मोठ्या भविष्यसूचकांपैकी एक आहे आणि कित्येक मार्गदर्शकांकडे तो भरभरून असतो. या पुस्तकात मार्गदर्शनातील काही महत्त्वाच्या घटकांचा आपण ऊहापोह केला आहे. त्यांचा सारांश 'आदर्श मार्गदर्शन' या प्रकरणात घेतला आहे. त्यात खालील मुद्दे समाविष्ट आहेत :

- परस्पर सहमतीने **ध्येयवाक्य** निश्चित करणे.
- **वचनबद्धतेतून** नातेसंबंध मजबूत करणे.
- मार्गदर्शकाच्या **जनसंपर्कांचा** योग्य रितीने फायदा करून घेणे.
- **विश्वास** निर्माण करणे.
- एकमेकांसाठी **संधी** निर्माण करणे तसंच संधींचा पाठपुरावा करणे.

नियमितपणे मार्गदर्शक नातेसंबंधांचे **पुनरावलोकन आणि नूतनीकरण** करणे.

कर्मचाऱ्यांना वरील सहा तत्त्वे शिकवा आणि मग बघा, ते कसे प्रगतीशील आणि शक्तिशाली मार्गदर्शक भागीदारीच्या मार्गावर मार्गस्थ होतील.

३. **आवश्यक मार्गदर्शक तत्त्वे प्रस्थापित करणे.** नियमित परीक्षण आणि समतोलपणा राखला, तरच मार्गदर्शक भागीदारी फलद्रूप होण्याची शक्यता जास्त असते. डियान आणि जॉश यांनी स्वतःची अशी एक प्रक्रिया विकसित केली, परंतु कंपनीसाठी मात्र सगळ्यांनी समान

मार्गदर्शक तत्त्वांचं अनुसरण करणं श्रेयस्कर ठरते. यासाठी काही मापदंड निर्धारित करा. जसे :

- मार्गदर्शक आणि मार्गदर्शन घेणारा यांच्या भेटींची वारंवारिता.
- मार्गदर्शक भागीदारीची एकूण कालमर्यादा.
- मार्गदर्शक आणि मार्गदर्शन घेणारा यांच्या पुनरावलोकनाच्या तारखा.

औपचारिक मार्गदर्शक कार्यक्रम राबवणे ही एका कंपनीसाठी सर्वांत लाभदायक गुंतवणूक ठरू शकते. मार्गदर्शनामुळे कंपनीतील कर्मचाऱ्यांना केवळ शिक्षण मिळतं आणि त्यांच्यात नवचैतन्यच निर्माण होतं असं नाही, तर त्यामुळे कंपनीचं अत्यंत महत्त्वाचं ज्ञान सुरक्षित ठेवलं जातं आणि त्याचा विस्तारदेखील होतो. दररोज अंदाजे दहा हजार लोक वयाची पासष्टी गाठत असतात, अशा वेळी हा कार्यक्रम फारच उपयुक्त सिद्ध होऊ शकतो. कारण या कार्यक्रमाद्वारे ज्येष्ठ कर्मचाऱ्यांचं ज्ञान, कौशल्य हे कामकाजाच्या जगातील तरुणांकडे अधिक हस्तांतरित होईल.

प्रशिक्षण विरुद्ध मार्गदर्शन

प्रशिक्षण आणि मार्गदर्शन यांच्यातील फरक न समजल्यामुळे लोकांचा गोंधळ उडतो. त्याचं प्रमुख कारण हेदेखील असू शकतं की, चांगल्या मार्गदर्शकाला त्याच्या शिष्याला प्रशिक्षितही करायचं असतं.

मार्गदर्शनाप्रमाणेच, प्रशिक्षण हेदेखील एकाने एकाला किंवा एकाने दुसऱ्याला देण्याची प्रक्रिया आहे. तथापि एखाद्या व्यक्तीचे आणि प्रशिक्षकाचे परस्परसंबंध हे; क्षमता वाढवणे, परस्पर संबंधांत सुधारणा आणि कार्यप्रदर्शनाची गुणवत्ता सुधारणे अशा काही अत्यंत स्पष्ट उद्दिष्टांवर आणि ध्येयांवर केंद्रित असतात.

मार्गदर्शक आपली प्रशिक्षणकौशल्यं मार्गदर्शन घेणाऱ्यासाठीच वापरत असतो. तरीही मार्गदर्शनात आणखीही काही कार्यांचा समावेश असतो. जसे -

- **आदर्श मार्गदर्शक बनणे :** काही विशिष्ट कृतीतून आणि आचरणातून आपलं वेगळेपण दाखवणे.
- **सल्लामसलत :** मार्गदर्शकाला जर वाटत असेल की, विविध उद्योग, कंपन्या किंवा व्यवसायांबाबत माहिती मार्गदर्शन घेणाऱ्याला उपयोगी आहे, तर अशा माहितीची देवाण-घेवाण.
- **मध्यस्थी :** मोठे उद्योगपती किंवा संघटनांतील उच्चपदस्थ, शक्तिशाली, प्रभावशाली आणि तत्सम व्यक्तींचा परिचय करून देणे.

- **समर्थन :** मार्गदर्शन घेणाऱ्याची वृद्धी आणि विकास होण्यासाठी, त्याच्या प्रगतीत साहाय्यक ठरण्यासाठी.

एक चांगला मार्गदर्शक, मार्गदर्शन घेणाऱ्याला मदत करण्यासाठी, प्रशिक्षण प्रक्रिया आणि प्रशिक्षण कौशल्याचा वापर करेल :

- विशाल कारकिर्दीची उद्दिष्टं स्पष्ट करणे.
- नेतृत्वगुण ओळखून त्यांना वाव देणे.
- महत्त्वाची आणि दूरगामी ध्येयं गाठण्यासाठी एक ठोस आराखडा तयार करणे आणि त्याचं उत्तरदायित्व स्वीकारणे. (घाईघाईत काहीतरी करण्यापेक्षा बरं!)
- मार्गदर्शन घेणाऱ्यांची स्वत:ची काही मूल्यं आणि गरजा असतात, त्या समजून घेणे.
- त्यांच्यातील उत्कृष्ट गुण आणि प्रतिभेला उत्तेजन देणे.

प्रशिक्षण कौशल्ये म्हणजे संस्कारित संभाषण कौशल्ये आणि सेवाभिमुख उत्कटता (तळमळ) यांचा संयोग. मार्गदर्शकांना, प्रशिक्षण प्रक्रिया आणि प्रशिक्षणकौशल्यांचा उपयोग यासंबंधी औपचारिक किंवा अनौपचारिक प्रशिक्षण देण्याचे पुढील परिणाम दिसून आले आहेत. :

- कर्मचाऱ्यांनी कंपनी सोडून जाण्याच्या संख्येत घट
- कल्पकता वाढणे
- संघभावना आणि निष्ठा यांच्यात सुधारणा
- उत्पादकतेत वाढ

ज्या व्यक्तींना व्यावसायिक शिक्षण घ्यायची इच्छा आणि गरज आहे, अशांसाठी २००० सालापासून, ब्लँचर्ड प्रशिक्षण सेवा, व्यावसायिक शिक्षण सोपे आणि परवडण्याजोग्या दरात देण्यासाठी उत्सुक आहे. अधिक माहितीसाठी, +1 760.739-6967 या क्रमांकावर संपर्क साधा अथवा www.coaching.com या संकेतस्थळाला भेट द्या.

श्रेयनिर्देश

परिचयात म्हटल्याप्रमाणे, यशस्वी माणसं त्यांच्या ध्येयापर्यंत एकटी पोहोचत नाहीत. आमच्या आयुष्यात आम्हाला काही महान मार्गदर्शक लाभलेले आहेत.

अशा काही महत्त्वाच्या मार्गदर्शकांबद्दल केनला कृतज्ञता व्यक्त करून त्यांची महानता विशद करायची आहे.

नॉर्मन विन्सेंट पील, खरा विश्वास म्हणजे काय हे शिकवण्यासाठी; वॉरेन रॅमशॉ आणि डॉन मॅककार्टी – पदवी शिक्षणादरम्यान मार्गदर्शन करण्यासाठी; टेड आणि डोरोथी ब्लँचर्ड – प्रेम आणि लोकसेवा म्हणजे काय याची शिकवण देण्यासाठी; सँडी ब्लँचर्ड – सदैव उत्कृष्ट तेच करण्यास भाग पाडण्यासाठी; स्कॉट आणि डेबी ब्लँचर्ड – केनमधील नेतृत्वगुण त्याला शिकवण्यासाठी तसंच तो इतरांच्या कसा उपयोगी पडू शकतो हे शिकवण्यासाठी; पॉल रायन – बास्केटबॉलमधील त्याचं उत्तम कौशल्य दाखवण्यास प्रवृत्त करण्यासाठी; टोनी रॉबिन्स – मन:शक्ती तसंच मनात कोणते विचार आणावेत याबाबत मार्गदर्शनासाठी; पॅट लँसियोनी, टॉमी स्पॉल्डिंग आणि जॉन गॉर्डन ज्यांनी केनचे अनुभव आणि बुद्धिमत्ता यांना आपलंसं केलं आणि या प्रक्रियेत, आपलं ज्ञान त्याला दिलं.

क्लेयरला खालील व्यक्तींबद्दल कृतज्ञता व्यक्त करून त्यांची प्रशंसा करायची आहे :

लॉरा सेल्झनिक आणि कॅरोलिन स्प्रिंगर, ज्यांनी सुरुवातीच्या काळात क्लेयरला योग्य संधी मिळेपर्यंत साथ दिली; पामेला हार्टिगन, सॅमी इकुआ, सॅली ओसबर्ग, जेफ स्कोल आणि जॉन वुड जे सामाजिक उद्योजकता क्षेत्रात तिचे पथदर्शक बनले; बिझ स्टोन आणि ट्विटरची टीम ज्यांनी तिच्यासाठी सिलिकॉन व्हॅलीचे दरवाजे उघडून दिले आणि या नव्या जगाचे धडे दिले; बॉब गॉफ, नॅन्सी डुआर्ट, अॅडम ग्रांट, पॅम स्लिम आणि ग्रेग मॅककिऑन, उद्योजकतेची हेतूपूर्वक उदाहरणं घालून दिल्याबद्दल; अॅन लॅमॉट, मार्था लॉरेन्स आणि डॉन मिलर, ज्यांनी लेखनावर मार्मिक चिंतन केलं; केन ब्लँचर्ड- स्वत:चं यश साजरं करतानाच इतरांची सेवा करण्यात काय समाधान आहे याची शिकवण दिली; बार्बरा आणि लँस विलियम्स - अनेक गोष्टींसाठी पण मुख्यत्वाने स्वादिष्ट भोजनासाठी.

आम्ही आमचे संपादक हेन्री फेरिस, मार्था लॉरेन्स आणि रेनी ब्रॉडवेल यांचेही आभारी आहोत. त्याचबरोबर आमचे एजन्टस् रिचर्ड अॅन्ड्र्यूज आणि ईस्थर फेडरकेविच, बिग ब्रदर्स बिग सिस्टर्स ऑफ अमेरिका संस्थेचे जनरल कौन्सिल एलायस एल. एम. ग्रिफिन, केनची कार्यकारी साहाय्यक, उजवा हात आणि सत्यवचनी मार्जरी अॅलन आणि स्केनीटेलिस कंट्री क्लबच्या सर्व चाणाक्ष वाचकांचेही आभारी आहोत.

अखेरीस, आमची संपूर्ण साथ दिल्याबद्दल आम्ही आमचे जोडीदार, मार्जी ब्लँचर्ड आणि जोस डियाझ-ऑर्टिझ यांचेही आभार मानतो.

लेखकांविषयी

केन ब्लँचर्ड जगातील सर्वांत प्रभावशाली नेतृत्वतज्ज्ञांपैकी एक असून, द वन मिनिट मॅनेजर या बेस्टसेलर पुस्तकाचे सहलेखक आहेत. तसेच त्यांनी अन्य ६० पुस्तकंही लिहिली आहेत. या सर्व पुस्तकांची आजपर्यंतची एकत्रित विक्री २.१ करोड प्रतींपेक्षा अधिक झाली आहे. त्यांच्या प्रसिद्ध पुस्तकांचे २७पेक्षा जास्त भाषांमध्ये अनुवाद झाले आहेत. २००५ साली त्यांचे नाव, 'अजरामर २५ बेस्टसेलिंग लेखकांपैकी एक' या रूपात, ॲमेझॉन हॉल ऑफ फेममध्ये समाविष्ट करण्यात आले.

डॉ. केन ब्लँचर्ड हे द *केन ब्लँचर्ड कंपनीज्®* याचे सहसंस्थापक आणि मुख्य आध्यात्मिक अधिकारीही आहेत. ही कंपनी आंतरराष्ट्रीय स्तरावर व्यवस्थापन प्रशिक्षण आणि सल्लासेवा पुरवते. या कंपनीची स्थापना केन आणि त्यांची पत्नी मार्जी ब्लँचर्ड यांनी, कॅलिफोर्नियातील सॅन डिएगो इथे १९७९ साली केली. लोकप्रिय वक्ते आणि सल्लागार असलेले केन हे *लीड लाईक जीझस* या विश्वव्यापी संघटनेचे सहसंस्थापकदेखील आहेत. ही संस्था लोकांना, 'सेवाभावी लीडर्स' बनवण्यासाठी कटिबद्ध आहे. आपली मातृसंस्था असलेल्या *कॉर्नेल विद्यापीठात,* व्हिजिटिंग लेक्चरर म्हणूनही केन अधूनमधून काम करतात. तिथल्या विश्वस्त मंडळाचे ते सन्माननीय निवृत्त विश्वस्त आहेत.

द टुडे शो, बिझनेस वीक, द वॉल स्ट्रीट जर्नल या आणि अशा महत्त्वाच्या मुद्रित माध्यमातून तसेच टी. व्ही. कार्यक्रमांतून केन झळकले

आहेत. व्यवस्थापन, नेतृत्व आणि वक्तृत्व या क्षेत्रांतील योगदानाबद्दल त्यांना अनेक पुरस्कार प्राप्त झाले आहेत. द नॅशनल स्पीकर्स असोसिएशनने त्यांना, 'कौन्सिल ऑफ पिअर्स अॅवॉर्ड ऑफ एक्सलन्स' हा सर्वोच्च सन्मान देऊन गौरवलं आहे. ट्रेनिंग मॅगेझिन आणि लेकवुड परिषदांमधून त्यांना एचआरडी हॉल ऑफ फेममध्ये समाविष्ट करण्यात आलं आहे. तसेच त्यांना टोस्टमास्टर्स इंटरनॅशनलचा गोल्डन गॅवेल अॅवॉर्डही प्राप्त झाला आहे. कामकाजविषयक शिक्षण आणि कामगिरीसाठी सातत्यपूर्ण पाठिंबा दिल्याबद्दल केन यांना, आयएसए - द असोसिएशन ऑफ लर्निंग प्रोव्हायडर्सतर्फे थॉट लिडरशिप पुरस्कार देण्यात आला आहे.

केन जेव्हा लेखन किंवा वक्तृत्व यामध्ये व्यग्र नसतात, तेव्हा ते सॅन डिएगो येथील विद्यापीठात, एक्झिक्युटिव्ह लीडरशीप प्रोग्रॅम विषयात मास्टर ऑफ सायन्स हा अभ्यासक्रम शिकणाऱ्या विद्यार्थ्यांना शिकवतात.

न्यू जर्सीत जन्मलेले, पण न्यू यॉर्कमध्ये वाढलेले केन यांचं पदव्युत्तर शिक्षण कोलगेट विद्यापीठातून; तर पदवी आणि पीएच.डी.चं शिक्षण कॉर्नेल विद्यापीठात झालं आहे.

www.kenblanchardbooks.com या संकेतस्थळावर किंवा via@ kenblanchard या ट्विटर हँडलवर तुम्हाला केन यांच्याशी संपर्क साधता येईल.

क्लेयर डियाझ–ऑर्टिझ या लेखिका, वक्त्या आणि तंत्रज्ञान अन्वेषक आहेत. *फास्ट कंपनी*द्वारे, व्यवसायातील सर्वांत सृजनशील अशा पहिल्या शंभर लोकांच्या यादीत त्यांचा समावेश करण्यात आला आहे. ट्विटरच्या सुरुवातीच्या काळात, कर्मचारी म्हणून त्या साडेपाच वर्षं कार्यरत होत्या.

षमध्ये काम करत असताना, क्लेयर यांना अनेक उपाधी मिळाल्या होत्या. 'अशी महिला - जिने पोपना ट्विटरवर आणलं' *(वायर्ड)* आणि 'ट्विटरची धडाडीची भरती अधिकारी' *(द वॉशिंग्टन पोस्ट)*, 'चांगुलपणाची शक्ती' *(फोर्ब्स)* आणि 'सोशल मिडियातील सर्वांत दिलदार व्यक्तींपैकी एक' *(फास्ट कंपनी)*.

क्लेयर यांनी सात पुस्तकं लिहिली आहेत. यामध्ये, *ट्विटर फॉर गुड : चेंज द वर्ल्ड वन ट्वीट अॅट अ टाईम; डिझाइन युवर डे : बी मोअर प्रॉडक्टिव्ह, सेट बेटर गोल्स अँड लिव्ह लाईफ ऑन पर्पझ; होप रन्स : अॅन*

अमेरिकन टुरिस्ट; अ केनियन बॉय; अ जर्नी ऑफ रिडेम्प्शन या पुस्तकांचा समावेश आहे.

क्लेयर, सोशल मीडिया, व्यवसाय, अन्वेषण या विषयांवरील आंतरराष्ट्रीय व्याख्यात्या आहेत. याच विषयांवरील व्याख्यानांसाठी आणि प्रशिक्षण देण्यासाठी त्यांना जगभरातून आमंत्रित करण्यात येतं. ClaireDiazOrtiz.com या लोकप्रिय व्यवसायविषयक ब्लॉगवर त्या लेखन करतात. त्याचप्रमाणे लिंक्डइन इन्फ्ल्युएन्सर म्हणूनही त्या काम करतात. लिंक्डइन प्लॅटफॉर्मवर मूळ माहिती पुरवण्यासाठी, जगभरातून ज्या शंभर जागतिक वरिष्ठांची निवड करण्यात आली, त्यांपैकी त्या एक आहेत.

क्लेयर यांनी ऑक्सफर्ड विद्यापीठातून एम.बी.ए.ची पदवी प्राप्त केली आहे. या विद्यापीठाच्या सामाजिक उद्योजकतेच्या त्या *स्कॉल फाउंडेशन स्कॉलर* होत्या. तसेच त्यांनी स्टॅनफोर्ड विद्यापीठातून बी.ए. आणि एम.ए.ची पदवी प्राप्त केली आहे.

होप रन्स या स्वयंसेवी संस्थेच्या त्या सहसंस्थापक आहेत. ही संस्था केनियामधील एड्सग्रस्त अनाथ मुलांसाठी काम करते.

सीएनएन, बीबीसी, टाइम, न्यूजवीक, द न्यू यॉर्क टाइम्स, गुड मॉर्निंग अमेरिका, द टुडे शो, द वॉशिंग्टन पोस्ट, फॉर्च्युन, फोर्ब्स, फास्ट कंपनी आणि अशा असंख्य लोकप्रिय टी.व्ही. चॅनेल्स तसेच नियतकालिकातून त्या मोठ्या प्रमाणात लोकप्रिय आहेत.

क्लेअर यांची अधिक माहिती, www.ClaireDiazOrtiz.com या संकेतस्थळावर किंवा via@claire या ट्विटर हँडलवर मिळू शकेल.

अनुवादक परिचय

वन मिनिट मेंटरिंग या पुस्तकाच्या अनुवादिका सौ. सविता म्हसकर यांचं अनुवादिका म्हणून हे पाचवं पुस्तक प्रकाशित होत आहे. मंजुल पब्लिशिंग हाउससाठी त्यांनी या आधी अभिनेत्री शिल्पा शेट्टी लिखित *द ग्रेट इंडियन डाएट* आणि जेम्स जेन्सीन लिखित *बियाँड द पॉवर ऑफ युवर सबकॉन्शस माइंड* या पुस्तकांचा अनुवाद केला आहे. त्यांची अन्य प्रकाशनांसाठी केलेली अनुवादित पुस्तकंही प्रकाशित झाली आहेत.

गेली नऊ वर्षे त्या पुणे आकाशवाणी केंद्रावर नैमित्तिक भाषांतरकार आणि वृत्तनिवेदिका म्हणून कार्यरत आहेत. याशिवाय, एका खाजगी कंपनीत त्या पूर्ण वेळ नोकरीही करतात. त्या एक उत्तम सूत्रसंचालिकादेखील आहेत.